முனைவர் ப. சரவணன்

தமிழ் இலக்கியத்தில் முனைவர் பட்டம் பெற்றவர். நாவல்கள், சிறுகதைகள், கவிதைகள், வரலாறுகள் என 75க்கும் மேற்பட்ட புத்தகங்களை எழுதியுள்ளார். இவர் 'மேகன்' என்ற புனைபெயரிலும் 'டாக்டர்.ப.சரவணன்' என்ற பெயரிலும் எழுதி வருகிறார்.

மதுரை அல்—அமீன் பள்ளியில் தொடக்கக் கல்வியும், மதுரை அமெரிக்கன் கல்லூரியில் தமிழ் இலக்கியத்தில் இளங்கலை, முதுகலைப் பட்டங்களும் சென்னையில் கல்வியியலில் இளங்கலைப் பட்டமும் திருச்செங்கோட்டில் கல்வியியலில் முதுகலைப் பட்டமும் மதுரை யாதவர் கல்லூரியில் முனைவர் பட்டமும் பெற்றவர். எழுத்தாளர் அ.முத்துலிங்கம் சிறுகதைகளை ஆய்வு செய்து முனைவர் பட்டம் பெற்றுள்ளார். கல்லூரியில் தமிழ் இலக்கியம் பயின்றதால் மரபார்ந்த தமிழ் இலக்கியத்தின் மீது ஈடுபாடு கொண்டிருந்தார். பின்னர், எழுத்தாளர் ஜெயமோகனின் எழுத்துகளின் வழியாக நவீனத் தமிழ் இலக்கியத்தின் மீது விருப்பம் கொண்டு, விரிவாக வாசிக்கத் தொடங்கினார். தொடர்ந்து விமர்சனக் கட்டுரைகளை எழுதினார்.

'சொல்புதிது' சிற்றிதழ், 'மருதம்' இணைய இதழ் ஆகியவற்றில் சில காலம் பணியாற்றினார். தற்போது 'தமிழ் விக்கி'யின் கல்வித்துறை சார்ந்த ஆசிரியர் குழுவில் உள்ளார். நவீனத் தமிழ்ப் படைப்புகளின் மீது மரபார்ந்த தமிழ் ரசனை சார்ந்த விமர்சனங்களை முன்வைத்தவர். உலகின் மிகப் பெரிய நாவலான 'வெண்முரசு' குறித்த இவரின் நுட்பமான கட்டுரைகள் அனைத்தும் நவீனத் தமிழ் இலக்கிய வாசகர்களால் பெரிதும் கவனத்தில் கொள்ளப்பட்டன.

சுந்தர ராமசாமி எழுதிய ஜே.ஜே. சில குறிப்புகள் நாவலில் இடம்பெற்றுள்ள மையக் கதைமாந்தரை இவர் மற்றுமொரு பரிமாணத்தில் 'ஜோ.ஜே.சிலரின் குறிப்புகள்' என்ற நாவலின் வழியாகக் காட்டினார். இலக்கிய, வரலாற்று ஆளுமைகளைப் பற்றிய இவரின் கட்டுரைத் தொகுப்புகள் குறிப்பிடத்தக்கவை.

இவர் பெற்றுள்ள விருதுகள்

1. செந்தமிழ்த் திலகம் விருது
2. இலக்கியச் சுடர் விருது
3. எழுத்துலகத் தேனீ

கடாஃபி

ப.சரவணன்

கடாஃபி
- ப.சரவணன் ©

சுவாசம் பதிப்பகம்

Gaddafi
by P.Saravanan ©

ISBN: 978-81-19550-09-8
Title Number: Swasam 127

First edition: Dec 2023

Published by:
Swasam Pathippagam,
An imprint of Swasam Publications Private Limited,
52/2, Near B.S Mahal,
Ponmar,
Chennai, Tamil Nadu – 600127
Email: swasam.publications@gmail.com

Printed by: Real Impact Solutions, Chennai - 600 004

To buy the book: Swasam Bookart - +91-8148066645
Website: https://www.swasambookart.com/

உள்ளே...

1. சிக்கலான நபர்

'முஅம்மர் கடாஃபி' என்றும் அழைக்கப்படும் 'முஅம்மர் முகமது அபு மின்யார் அல்—கடாஃபி' (Muammar Muhammad Abu Minyar al Gaddafi) லிபியாவின் முக்கிய அரசியல் தலைவர் ஆவார். 1942ம் ஆண்டு லிபியாவின் சிர்ட்டே (Sirte) அருகே பாலைவனத்தில் ஒரு கூடாரத்தில் பிறந்த கடாஃபி, சாதாரண நிலையில் இருந்து உயர்ந்து 1969ம் ஆண்டு முதல் 2011ம் ஆண்டு கொல்லப்படும் வரை லிபியாவின் ஆட்சியாளராக இருந்தார். அவரது சிக்கலான ஆளுமையும், சர்ச்சைக்குரிய நடவடிக்கைகளும் பாராட்டுகளையும் கண்டனத்தையும் ஏற்படுத்தின. அந்த ஆளுமைதான் அவரை நவீன வரலாற்றில் மிகவும் தூற்றப்பட்ட நபராக ஆக்கியுள்ளது.

கடாஃபியின் ஆரம்பக்கால அரசியல் வாழ்க்கை 1969ம் ஆண்டில் மன்னர் இட்ரிஸை அகற்றிய இளம் ராணுவ அதிகாரிகளின் குழுவான ஃப்ரீ ஆபிசர்ஸ் இயக்கத்தில் (Free Officers Movement) அவர் ஈடுபட்டதன் வழியாகத் தொடங்கியது. 1969ம் ஆண்டு லிபியா சுதந்திர அதிகாரிகள் இயக்கம் என்று அழைக்கப்படும் இளம் ராணுவ அதிகாரிகளின் குழு திட்டமிடப்பட்ட ஓர் அரசியல் எழுச்சியைக் கண்டது. இந்த இயக்கம் மன்னர் இட்ரிஸ் தூக்கியெறியப்படுவதற்கு வழிவகுத்து நாட்டின் வரலாற்றில் ஒரு திருப்புமுனையை ஏற்படுத்தியது.

சுதந்திர அதிகாரிகள் இயக்கம் லிபியாவில் மன்னர் இட்ரிஸ் (Idris I - King of Libya) ஆட்சியின் கீழ் நிலவிய அரசியல், பொருளாதார நிலைமைகள் குறித்து அதிருப்தி அடைந்த இளம் ராணுவ அதிகாரிகளைக் கொண்டிருந்தது. இவர்கள் நாட்டில் ஏற்பட்டுள்ள ஊழல், சுயநலம், திறமையின்மை, வேலைவாய்ப்பு, ஏழ்மை போன்ற பிரச்சினைகளுக்குத் தீர்வு காண முயன்றனர். அந்தக் காலகட்டம் லிபிய மக்களிடையே பெரும் அதிருப்தியை ஏற்படுத்தின. அதிகரித்து வரும் வேலையின்மை விகிதங்கள், பொருளாதார ஏற்றத்தாழ்வுகள், கருத்துகளுக்கான கட்டுப்பாடு ஆகியவை பொதுமக்களிடம் அதிருப்தியைத் தூண்டியது. இது சுதந்திர அதிகாரிகள் இயக்கத்திற்கு ஆதரவை வழங்கியது.

1890ம் ஆண்டு பிறந்த மன்னர் இட்ரிஸ், 1951ம் ஆண்டு லிபியா சுதந்திரம் அடைந்ததிலிருந்து அந்நாட்டின் மன்னராக இருந்து வருகிறார். அவரது ஆட்சிக்கு ஆரம்பத்தில் ஆதரவு இருந்தபோதிலும், அவரது ஆட்சி ஊழல் குற்றச்சாட்டுகளால் மக்களின் பொருளாதார, சமூகத் தேவைகளை நிவர்த்தி செய்யத் தவறியது. மக்கள்தொகையில் கணிசமான பகுதியினர் வறுமையாலும், வேலையின்மையாலும் துன்பப்பட்டனர். சுதந்திர அதிகாரிகள் இயக்கம் 1969 செப்டம்பர் 1 அன்று ஆட்சிக் கவிழ்ப்பை நிறைவேற்றி மன்னர் இட்ரிஸின் ஆட்சியை முடிவுக்குக் கொண்டு வந்தது. முஅம்மர் கடாஃபி என்ற இளம் கேப்டன் தலைமையில் சுதந்திர அதிகாரிகள் லிபிய அரபுக் குடியரசை நிறுவுவதாக அறிவித்தனர். இந்தத் தலைமைக்கு மக்களிடம் பெரும் ஆதரவு இருந்தது. சுதந்திர அதிகாரிகள் இயக்கம் சுலபமாகக் கட்டுப்பாட்டைக் கைப்பற்றியது.

சுதந்திர அதிகாரிகள் இயக்கம் ஊழலை ஒழித்து, பொருளாதார ஏற்றத்தாழ்வுகளை நிவர்த்தி செய்து, சமத்துவமான, நியாயமான அரசியல் அமைப்பைக் கொண்ட, வெளிநாட்டு சக்திகள், மேட்டுக்குடியினரை விட எளிய மக்களின் நலன்களுக்கு முன்னுரிமை அளிக்கும் ஓர் அரசாங்கத்தை உருவாக்குவதை நோக்கமாகக் கொண்டிருந்தது. கடாஃபியும் அவரது சக அதிகாரிகளும் லிபிய அரபுக் குடியரசை நிறுவுவதற்கான பிரகடனத்தில் சமூக நீதி, பொருளாதார மேம்பாடு, இஸ்லாத்தின் கொள்கைகளின் அடிப்படையில் ஓர் அரசாங்கத்தை நிறுவுவதற்கான அவர்களின் உறுதிப்பாட்டை எடுத்துரைத்தனர்.

சுதந்திர அதிகாரிகள் இயக்கம் ஆரம்பத்தில் அதன் சீர்திருத்த வாக்குறுதிகளை ஓரளவு நிறைவேற்றி மக்களின் ஆதரவைப்

பெற்றாலும், அடுத்தடுத்த ஆண்டுகளில் கடாஃபியின் அதிகார ஆட்சி சர்வாதிகாரத்தை நோக்கி நகர்வதைக் கண்டது. அரசியல் ஒடுக்குமுறை, தணிக்கை மனித உரிமை மீறல்கள் ஆகியவை அதிகரித்தன. இயக்கம் தனது ஆரம்பக்கால லட்சியங்களிலிருந்து விலகியது. தொழில்கள் தேசியமயமாக்கப்பட்டு, சோசலிசக் கொள்கைகளை நோக்கிய மாற்றத்துடன் பொருளாதார மாற்றங்களைக் கண்டது. ஆட்சிக் கவிழ்ப்புக்குப் பிந்தைய நிகழ்வுகள் லிபியா ஒரு சிக்கலான ஆட்சியின் அடையாளத்தைக் கண்டது. சுதந்திர அதிகாரிகள் இயக்கத்தின் ஆரம்ப வாக்குறுதிகளான நீதி, சமத்துவம் ஆகியவை முஅம்மர் கடாஃபியின் கீழ் சர்வாதிகார ஆட்சிக்கு வழிவகுத்தன.

அரபு தேசியவாதம், சோசலிசம் மற்றும் மூன்றாம் சர்வதேசக் கோட்பாடு பற்றிய தனது சொந்தப் பார்வை ஆகியவற்றிலிருந்து உத்வேகம் பெற்ற கடாஃபி 'பசுமைப் புத்தகம்' என்று குறிப்பிடப்படும் தனது அரசியல் சித்தாந்தத்தைச் செயல்படுத்துவதன் மூலம் நேரடி ஜனநாயகத்தை நிறுவுவதை நோக்கமாகக் கொண்டார். இது அவரது அரசியல் தத்துவத்தைக் கோடிட்டுக் காட்டியதுடன், முதலாளித்துவம், கம்யூனிசம் இரண்டையும் நிராகரித்து 'வெகுஜனங்களின் அரசு' எனக் கூறப்படும் ஓர் ஆட்சி முறையைக் கொண்டுவந்தார்.

கடாஃபி 1970களில், எண்ணெய் நிறுவனங்கள் உட்பட வெளிநாட்டுக்குச் சொந்தமான சொத்துகளைத் தேசியமயமாக்கி, லிபியாவின் பரந்த எண்ணெய் வளங்களைத் தனது கட்டுப்பாட்டின் கீழ் கொண்டுவந்தார். இந்த நடவடிக்கை லிபியாவின் பொருளாதாரச் சுதந்திரத்தை அதிகரித்தது. அதேசமயம் மேற்கத்திய நாடுகள் மற்றும் பன்னாட்டு நிறுவனங்களுடன் பதற்றங்களை ஏற்படுத்தியது. ஐரிஷ் குடியரசு ராணுவம் (ஐ.ஆர்.ஏ) மற்றும் பல்வேறு ஆப்பிரிக்க விடுதலை இயக்கங்கள் உட்பட உலகெங்கிலும் உள்ள பல்வேறு புரட்சிகர இயக்கங்கள் கடாஃபிக்கு ஆதரவளித்தன. இது உலக அரசியல் அரங்கில் அவரை மேலும் தனிமைப்படுத்தியது.

கடாஃபி சர்வதேசப் பயங்கரவாதத்தில் ஈடுபட்டது பதற்றத்தை மேலும் அதிகரித்தது. 1988ம் ஆண்டில் ஸ்காட்லாந்தின் லாக்கர்பி விமானம் (Lockerbie bombing) மீது நடந்த தாக்குதல் ஒரு மோசமான நிகழ்வு. இத்தாக்குதலில் 270 பேர் கொல்லப்பட்டனர். லிபியா மீது சர்வதேசப் பொருளாதாரத் தடைகள் விதிக்கப்பட்டன. 2003ம் ஆண்டு கடாஃபி மேற்கத்திய நாடுகளுடனான உறவை இயல்பாக்க நடவடிக்கை எடுக்கத்

தொடங்கினார். லாக்கர்பி குண்டுவெடிப்புக்கான பொறுப்பை ஏற்றுக்கொண்டார். இது பொருளாதாரத் தடைகளை நீக்க வழிவகுத்தது.

சர்ச்சைக்குரிய நடவடிக்கைகள் இருந்தபோதிலும், கடாஃபியின் தலைமை லிபியாவின் உள்நாட்டுக் கொள்கைகளில் ஆழமான தாக்கத்தை ஏற்படுத்தியது. இலவசச் சுகாதாரம், கல்வி போன்ற நடவடிக்கைகளை அவர் செயல்படுத்தினார். இது பல லிபியர்களின் வாழ்க்கைத்தரத்தை மேம்படுத்தியது. அதேசமயம் அரசியல் சூழ்ச்சி, ஆதரவு, அடக்குமுறை ஆகியவற்றின் கலவையின் மூலம் கடாஃபி அதிகாரத்தின் மீதான தனது பிடியைத் தக்க வைத்துக் கொண்டார். எந்தவொரு எதிர்ப்பையும் திறம்பட நசுக்கினார்.

கடாஃபி ஆட்சியின் உச்சக்கட்டம் 2011ம் ஆண்டில் மத்தியக் கிழக்கு மற்றும் வட ஆப்பிரிக்கா முழுவதும் பரவிய அரபு எழுச்சிகளின் போது வந்தது. லிபியாவில், கடாஃபியின் பாதுகாப்புப் படைகள் கொடூரமான வன்முறை மூலம் பதிலடி கொடுத்ததால், போராட்டங்கள் முழு அளவிலான உள்நாட்டுப் போராக தீவிரமடைந்தது. நேட்டோ தலைமையிலான சர்வதேசச் சமூகம் கிளர்ச்சிப் படைகளுக்கு ஆதரவாக ராணுவ ரீதியாகத் தலையிட்டது. அவரது சொந்த ஊரான சிர்ட்டேவைக் கைப்பற்றப்பட்டது 2011ம் ஆண்டு அக்டோபரில் கடாஃபி கிளர்ச்சிப் படைகளால் கைப்பற்றப்பட்டுக் கொல்லப்பட்டார்.

கடாஃபியைச் சிலர் ஏகாதிபத்திய எதிர்ப்பு வீரராகவும், மேற்கத்திய ஆதிக்கத்திற்கு எதிரான எதிர்ப்பின் அடையாளமாகவும் கருதினாலும், பெரும்பாலானோர் அவரை மனித உரிமை மீறல்கள் மற்றும் சர்வதேச பயங்கரவாதத்திற்குப் பொறுப்பான சர்வாதிகாரியாகப் பார்க்கிறார்கள்.

2. தலைவரை வடிவமைத்தல்

கடாஃபியின் வளர்ப்பு அவரது பெடோயின் பழங்குடியினரின் (Bedouin tribes) கலாசாரத்தில் ஆழமாக வேரூன்றியிருந்தது. சிறுவயதில், கடாஃபி பாலைவன வாழ்க்கையின் கடுமையான யதார்த்தங்களை அனுபவித்தார். அங்கு வளப் பற்றாக்குறையும் உயிர்வாழ்வதற்கான சவால்களும் இருந்தன. இந்த அனுபவங்கள் அவருக்குள் மீள்திறன், தகவமைப்பு, தற்சார்பு உணர்வை விதைத்தன. பொ.யு.20ம் நூற்றாண்டின் நடுப்பகுதியில் லிபியா எண்ணெய்க் கண்டுபிடிப்பு காரணமாகக் குறிப்பிடத்தக்க மாற்றங்களுக்கு உள்ளானது. இந்த முன்னேற்றங்கள் கடாஃபிக்கு பாரம்பரிய வரம்புகளுக்கு அப்பாற்பட்ட ஓர் உலகத்தை அறிமுகப்படுத்தியது. அவர் சிர்ட்டேவில் உள்ள ஓர் உள்ளூர்த் தொடக்கப் பள்ளியில் பயின்று முறையான கல்வியைப் பெற்றார்.

அவரது பதின்ம வயது அரபு உலகில் பான்—அரேபியம் மற்றும் காலனித்துவ எதிர்ப்பு இயக்கங்களின் எழுச்சியுடன் ஒத்துப்போனது. இக்கருத்துக்களால் ஈர்க்கப்பட்ட அவர், 1969ம் ஆண்டில் மன்னர் இட்ரிஸைத் தூக்கியெறிந்த இளம் ராணுவ அதிகாரிகளின் குழுவில் சேர்ந்தார். லிபியாவின் கட்டுப்பாட்டைக் கைப்பற்றிய கடாஃபி, தனது சொந்தப் புரட்சிகரப் பார்வையின் அடிப்படையில் தேசத்தை மறுவடிவமைக்கும் பணியில் இறங்கியபோது, இந்த ஆட்சிக் கவிழ்ப்பு கடாஃபி அதிகாரத்திற்கு வந்ததன் தொடக்கத்தைக் குறிக்கிறது.

கடாஃபி தனது சிறுவயது அனுபவங்களைத் தனது அரசியல் சித்தாந்தங்களுக்கு உத்வேகம் அளிப்பதாகக் கூறினார். ‘பசுமைப் புத்தகம்’ உட்பட அவரது உரைகளும், எழுத்துகளும் ஜனநாயகத்தின் முக்கியத்துவத்தையும் வெளிநாட்டுச் செல்வாக்கை நிராகரிப்பதன் முக்கியத்துவத்தையும் வலியுறுத்தின. கடாஃபியின் இளவயது அனுபவங்கள் அவரது தலைமைத்துவ பாணியைப் பாதித்தது மட்டுமல்லாமல், அவர் சிக்கலான, சர்ச்சைக்குரிய நபராக மாறுவதற்கும் பங்களித்தது.

கடாஃபியின் பதின்ம வயது, அவர் அதிகாரத்திற்கு வருவதற்கும், உலக அரங்கில் முக்கியமான அரசியல் நபராக மாறுவதற்கும் அடித்தளமிட்ட முக்கியமான காலகட்டமாகும். 1950—60கள் அரபு உலகில் ஒரு கொந்தளிப்பான காலகட்டமாக இருந்தன. இது பான்—அரேபியவாதம் மற்றும் காலனித்துவ எதிர்ப்பு இயக்கங்களின் எழுச்சியால் குறிக்கப்பட்டது. இந்த அரசியல் ஆர்வமும் சுயநிர்ணய உரிமைக்கான அழைப்புகளும் கடாஃபியிடமும் அவரது சமகாலத்தவர்களிடமும் ஆழமாக எதிரொலித்தன. இக்காலகட்டத்தில்தான் லிபியாவிலும் பிற அரபு நாடுகளிலும் வெளிநாட்டு சக்திகளின் செல்வாக்கைப் பற்றி அவர் அதிகமாக அறிந்தார். அவர் தேசியவாதம் மற்றும் ஏகாதிபத்திய எதிர்ப்பு உணர்வைத் தனக்குள் வளர்க்கத் தொடங்கினார்.

கடாஃபி எகிப்து அதிபர் கமல் அப்தெல் நாசரின் (Gamal Abdel Nasser) கொள்கைகளால் ஈர்க்கப்பட்டார். நாசர் அரபு தேசியவாதத்திற்காக வாதிட்டார். மேற்கத்திய காலனித்துவம், நவ காலனித்துவம், சியோனிசம் ஆகியவற்றின் நிராகரிப்பு, முதலாளித்துவத்திலிருந்து சோசலிசத்திற்கு மாறுதல் ஆகிய கருத்துகளைக் கொண்ட நாசரின் ‘புரட்சியின் தத்துவம்’ என்ற புத்தகத்தால் கடாஃபி ஈர்க்கப்பட்டார். வெற்றிகரமான புரட்சிக்கு ராணுவத்தின் ஆதரவு தேவை என்று கடாஃபி உணர்ந்தார். கடாஃபியும் அவரது தோழர்களும் மன்னராட்சியை விமர்சித்து ஆர்ப்பாட்டங்களை நடத்தினர். துண்டுப் பிரசுரங்களை விநியோகித்தனர். அக்டோபர் 1961ல், அவர் United Arab Republic (UAR)லிருந்து சிரியா பிரிந்ததற்கு எதிர்ப்பு தெரிவித்து ஓர் ஆர்ப்பாட்டத்தை நடத்தினார். நாசருக்கு ஆதரவாக நிதி திரட்டினார். இச்செயல்களின் விளைவாக இருபது மாணவர்கள் கைது செய்யப்பட்டனர். கடாஃபியும் அவரது குடும்பத்தினரும் வெளியேற்றப்பட்டனர். கடாஃபி மிஸ்ரட்டாவிற்கு குடிபெயர்ந்தார்.

கடாஃபி பெங்காசியில் உள்ள ராயல் மிலிட்டரி அகாடமியில் சேர்ந்தார். லிபியாவின் ராணுவ, அரசியல் நிலப்பரப்பை வடிவமைப்பதில் ராயல் மிலிட்டரி அகாடமி (Royal Military Academy) முக்கியப் பங்கு வகித்தது. மன்னர் இட்ரிஸ் காலத்தில் நிறுவப்பட்ட இந்த அகாடமி பின்னர் 1969 ஆட்சிக்கவிழ்ப்பைத் திட்டமிட்ட சுதந்திர அதிகாரிகள் இயக்கத்தை உருவாக்கியவர்கள் உட்பட ராணுவ அதிகாரிகளின் உருவாக்கதிற்கான இடமாக மாறியது.

1960களின் முற்பகுதியில் நிறுவப்பட்ட பெங்காசியில் (Benghazi) உள்ள ராயல் ராணுவ அகாடமி, லிபிய ஆயுதப் படைகளில் பணியாற்றும் அதிகாரிகளுக்கு ராணுவ பயிற்சியை வழங்குவதை நோக்கமாகக் கொண்டது. மன்னர் இட்ரிஸ் ஆதரவின் கீழ், இந்த அகாடமி ராணுவத்தை நவீனமயமாக்குவதற்கும் தொழில் முறைப்படுத்துவதற்கும் முடியாட்சியின் உறுதிப்பாட்டின் அடையாளமாக மாறியது. இந்த ராணுவ பயிற்சிப் பள்ளி ராணுவ மேலாண்மை, போர்த்தந்திரங்கள், தலைமைத்துவம், ஒழுக்கம் ஆகியவற்றை உள்ளடக்கிய கடுமையான பாடத்திட்டத்தை வழங்கியது. பட்டதாரிகள் நாட்டின் பாதுகாப்புக்கும் ஸ்திரத்தன்மைக்கும் பங்களிப்பார்கள் என்று எதிர்பார்க்கப்பட்டது. கருத்தியல் கல்வி, மன்னராட்சிக்கு விசுவாசம், மாணவர்களிடையே கடமை உணர்வை வளர்ப்பது ஆகியவையும் பாடத்திட்டத்தில் அடங்கும்.

இந்த அகாடமி லிபிய ஆயுதப் படைகளில் முக்கியப் பதவிகளை வகித்த நன்கு பயிற்சி பெற்ற ராணுவ அதிகாரிகளின் குழுவை உருவாக்கியது. இந்த அதிகாரிகளில் பலர் பின்னர் செல்வாக்கு மிக்க நபர்களாக மாறி, தற்போதைய ஆட்சியை ஆதரித்தனர் அல்லது எதிர்த்தனர். அகாடமியின் குறிப்பிடத்தக்கப் பட்டதாரிகளில் சுதந்திர அதிகாரிகள் இயக்கத்தின் தலைவராக உருவெடுத்த முஅம்மர் கடாஃபியும் அடங்குவார். பின்னர் லிபியாவின் அரசியல் தலைவிதியை வடிவமைக்கும் தனிநபர்களின் உருவாக்க இடமாக அகாடமி செயல்பட்டது.

முடியாட்சியுடன் அகாடமியின் தொடர்பு, ராணுவ தலைவர்களை உருவாக்குவதில் அதன் பங்கு ஆகியவை பரந்த அரசியல் தாக்கங்களைக் கொண்டிருந்தன. ராயல் மிலிட்டரி அகாடமியில் பயிற்சி பெற்ற ராணுவ அதிகாரிகளின் விசுவாசம் மன்னர் இட்ரிஸ் ஆட்சியின் நீண்ட ஆயுளுக்கு ஒரு குறிப்பிடத்தக்கக் காரணியாக இருந்தது. இருப்பினும்,

இந்த விசுவாசம் பின்னர் ஆட்சியின் மீது ஏமாற்றமடைந்த சில அதிகாரிகளால், 1969ல் முடியாட்சியைத் தூக்கியெறிவதில் முக்கியப் பங்கு வகித்தது. 1965ல் பட்டம் பெற்ற கடாஃபி ராணுவத்தின் சமிக்ஞைப் படையில் தகவல் தொடர்பு அதிகாரியாக ஆனார்.

ராணுவப் பயிற்சி கடாஃபியின் தலைமைப் பண்புகளை வளர்த்தது. ராணுவ அகாடமியில் இருந்த காலத்தில்தான் கடாஃபியின் புரட்சிகர லட்சியங்கள் உருவெடுக்கத் தொடங்கின. காலனித்துவ எதிர்ப்பு உணர்வுகளையும் வெளிநாட்டுச் செல்வாக்கு இல்லாத ஐக்கிய அரபு நாட்டிற்கான விருப்பங்களையும் பகிர்ந்து கொண்ட ஒத்த கருத்துடைய இளம் ராணுவ அதிகாரிகள் குழுவில் அவர் இணைந்தார். இந்தத் தோழமை பின்னர் சுதந்திர அதிகாரிகள் இயக்கத்தின் மையமாக அமைந்து 1969ல் மன்னர் இட்ரிஸ் ஆட்சியைக் கவிழ்த்து கடாஃபியை அதிகாரத்திற்குக் கொண்டு வந்தது.

கடாஃபி பதின் வயதில் பான்—அரேபியம், ஏகாதிபத்திய எதிர்ப்பு ஆகியவற்றை ஆதரித்த எகிப்தின் கமால் அப்துல் நாசர் போன்ற தலைவர்களால் ஈர்க்கப்பட்டார். நாசரின் கருத்துக்கள் லிபியா மற்றும் அரபு உலகம் குறித்த கடாஃபியின் சொந்தப் பார்வையுடன் ஆழமாக எதிரொலித்தன. இது புரட்சிகர மாற்றத்திற்கான அவரது கருத்தை மேலும் உறுதிப்படுத்தியது.

1960களின் பிற்பகுதியில் இட்ரிஸின் அரசாங்கம் மக்களிடையே செல்வாக்கை இழந்தது. லிபியாவில் கூட்டாட்சி முறையை மையப்படுத்தியதன் மூலம் எதிர்ப்பு அதிகமானது. ஆட்சியின் அனைத்து வகையிலும் ஊழல் பரவலாக இருந்தன. மேலும் இஸ்ரேலுடனான போரில் எகிப்தின் தோல்வியைத் தொடர்ந்து எதிர்ப்புகள் அதிகமாயின. மேற்கத்திய சக்திகளுடனான கூட்டணியின் காரணமாக இட்ரிஸின் நிர்வாகம் இஸ்ரேலுக்கு ஆதரவாக இருந்தது. நாட்டின் பல பகுதிகளில் மேற்கத்திய எதிர்ப்புக் கலவரங்கள் வெடித்தன. லிபியத் தொழிலாளர்கள் எண்ணெய்க் கிடங்குகளை மூடினர். லிபியாவின் புரட்சியை ஏற்படலாம் என அமெரிக்க மத்தியப் புலனாய்வுத் துறை கணித்தது.

1969ம் ஆண்டின் நடுப்பகுதியில் இட்ரிஸ் வெளிநாடுகளுக்குப் பயணமானார். கடாஃபியின் சுதந்திர அதிகாரிகள் ஜெருசலேம் நடவடிக்கையைத் துவக்கி, மன்னராட்சியைத் தூக்கியெறிவதற்கான கடைசி வாய்ப்பாக இதை உணர்ந்தனர்.

கடாஃபியும் அதிகாரிகளும் விமான நிலையங்கள், காவல் நிலையங்கள், தொலைத்தொடர்பு நிலையங்கள், அரசு அலுவலகங்கள் ஆகியவற்றைக் கைப்பற்றினர். இட்ரிஸுக்கு எதிரான எதிர்ப்பாலும், சுதந்திர அதிகாரிகளுக்கு மக்களிடம் இருந்த ஆதரவாலும் கடாஃபி முடியாட்சி அரசாங்கத்தை அகற்றி, லிபிய அரபு குடியரசை நிறுவினார். இது 'செப்டம்பர் புரட்சி' என்று பெயரிடப்பட்டது. லிபியாவில் சமூக, பொருளாதார அரசியலில் இது ஒரு மாற்றத்தின் தொடக்கம் எனக் குறிப்பிட்டார் புரட்சி என்பது சுதந்திரம், சோசலிசம் மற்றும் ஒற்றுமை என்று அவர் அறிவித்தார், வரும் ஆண்டுகளில் இதை அடைவதற்கான நடவடிக்கைகள் எடுக்கப்படும் என அறிவித்தார்.

3. கடாஃபியின் குடும்ப வாழ்க்கை

கடாஃபியின் குடும்ப வாழ்க்கை பாரம்பரியத்திற்கும் நவீனத்துவத்திற்கும் இடையிலான அடையாளமாக இருந்தது. இவர் 1970ம் ஆண்டில் சஃபியா பர்காஷ் (Safia Farkash) என்ற ஆசிரியரை மணந்தார். இவர்களுக்கு ஏழு மகன்கள், ஒரு மகள். சர்வாதிகாரத்திற்கும் தந்தைவழி வாதத்திற்கும் இடையில் ஊசலாடிய அவரது தலைமைத்துவப் பாணியின் அடையாளமாகக் கடாஃபியின் குடும்பம் இருந்தது. அவர் தனது குடும்பத்திற்கு மட்டுமல்ல, லிபிய மக்களுக்கும் ஒரு தந்தையாகத் தன்னைக் காட்டிக் கொண்டார்.

கடாஃபி தனது குடிமக்களைத் தன்னுடைய குழந்தைகள் என்று குறிப்பிட்டார், இது அவரை ஒரு கருணையுள்ள பாதுகாவலராகக் காட்டியது. இந்த இரட்டைத் தன்மை அவரது உண்மையான குடும்பத்தை அவர் நடத்தும் வரை நீடித்தது. தனது அடையாளத்தை உயர்த்துவதற்காக அவர்களின் பொது நிகழ்ச்சிகளை விளம்பரப்படுத்தும் அதே வேளையில் அவர்களின் வாழ்க்கையின் மீதான கட்டுப்பாட்டையும் அவர் வைத்திருந்தார். கடாஃபியின் குடும்பத்தில் மிக முக்கியமான நபர்களில் ஒருவர் அவரது மகள் ஆயிஷா (Ayesha) கடாஃபி. திறமையான வழக்கறிஞர். ஐ.நா.வின் நல்லெண்ணத் தூதர். பெண்களின் உரிமைகளுக்கான வழக்கறிஞர் எனப் பன்முகப் பங்காற்றியவர் ஆயிஷா.

இருப்பினும், அவரது செல்வாக்கு அவரது தந்தையின் அடக்குமுறை ஆட்சியால் சமநிலைப்படுத்தப்பட்டது. ஆயிஷாவின் வளர்ந்து வரும் பொது ஆளுமை, கடாஃபியின் நவீனத்துவத்திற்கான விருப்பத்திற்கும் கட்டுப்பாட்டைத் தக்க வைத்துக்கொள்வதற்கான அவரது உறுதிக்கும் இடையிலான பதற்றத்தை வெளிப்படுத்தியது. கடாஃபியின் மகன்கள் பெரும்பாலும் அதிகாரப் பதவிகளுக்குத் தயார்ப்படுத்தப்பட்டனர். அவருக்குப் பின்னர் அவரது மகன் சைப் அல்—இஸ்லாம் (Saif al-Islam) கடாஃபி நியமிக்கப்பட்டார். மேற்கத்திய பல்கலைக்கழகங்களில் கல்வி கற்ற சைப், உலக சமூகத்துடனான லிபியாவின் ஈடுபாட்டின் முகமாக இருக்க விரும்பினார். இருப்பினும், லிபியாவின் உள்நாட்டு அரசியல் ஒடுக்குமுறை, மனித உரிமை மீறல்கள் காரணமாக இந்தத் திட்டம் விமர்சனங்களை எதிர்கொண்டது.

கடாஃபி ஆயிஷாவின் பாத்திரங்கள் மூலம் பெண்களின் பாதுகாவலராகத் தன்னைக் காட்டிக் கொண்டாலும், அவரது ஆட்சியின் கொள்கைகள் இந்தப் பிம்பத்திற்கு முரணாக இருந்தன. லிபியாவில் பெண்கள் அமைப்பு ரீதியான பாகுபாட்டை எதிர்கொண்டனர். பெண்களின் உரிமைகள் குறித்த ஆட்சியின் அணுகுமுறை பெரும்பாலும் அதன் சர்வாதிகார நடைமுறைகளிலிருந்து சர்வதேச கவனத்தைத் திசைதிருப்புவதற்கான முகமூடியாகச் செயல்பட்டது.

2011ல் கடாஃபியின் ஆட்சியின் வீழ்ச்சி அவரது குடும்ப வாழ்க்கையின் சிக்கல்களை வெளிப்படுத்தியது. அரபு வசந்த எழுச்சியால் அவரது ஆட்சி சரிந்தபோது, அவரது குடும்ப உறுப்பினர்கள் வெவ்வேறு விதிகளை எதிர்கொண்டனர். ஆயிஷா கடாஃபி அல்ஜீரியாவில் தஞ்சம் அடைந்தார். மற்ற குடும்ப உறுப்பினர்கள் லிபியாவில் தங்கியிருந்தனர். இது கிளர்ச்சிப் படைகளால் குறிவைக்கப்பட்டது.

முஅம்மர் கடாஃபியின் குடும்ப வாழ்க்கை அவரது தலைமைத்துவப் பாணி மற்றும் தனிப்பட்ட நம்பிக்கைகளுக்குப் பன்முகப் பார்வையை வழங்கியது. பாரம்பரியத்தையும் நவீனத்தையும் சமநிலைப்படுத்தி, சர்வாதிகாரக் கட்டுப்பாட்டைப் பராமரிக்கும் அதே வேளையில் ஒரு பாதுகாப்பான தந்தையின் உருவத்தை அவர் முன்னிறுத்தினார். அவரது குடும்ப உறுப்பினர்கள் அவரது அரசியலுக்கு வலுசேர்க்கும் மற்றும் முரண்பட்ட பல்வேறு பாத்திரங்களை வகித்தனர். அவரது ஆட்சியின் வீழ்ச்சி லிபியச் சமூகத்தில் அவரது குடும்பத்தின் பாதிப்புகளையும் சிக்கல்களையும் மேலும் அம்பலப்படுத்தியது.

கடாஃபி வளர்ந்த முறை அவரது சமையல் ரசனையை ஆழமாகப் பாதித்தது. பாரம்பரிய பெடோயின் உணவுகள் அவரது ஆரம்பக்கால வாழ்க்கையின் ஒருங்கிணைந்த பகுதியாக இருந்தது. இந்த உணவுகள் பெரும்பாலும் ஆட்டுக்குட்டி, ஒட்டகம், தானியங்கள், பேரீச்சம்பழம் போன்ற உள்நாட்டில் கிடைக்கும் பொருட்களைக் கொண்டிருந்தன. பாலைவனச் சூழல் உயிர்வாழ்வதற்கு ஊட்டச்சத்து நிறைந்த உணவை அவசியமாக்கியது.

கடாஃபி ஆட்சிக்கு வந்து செல்வத்தைக் குவித்தபோது, அவரது சமையல் விருப்பங்கள் பாரம்பரியமான, ஆடம்பரமான உணவுகளின் கலவையைப் பிரதிபலிக்கத் தொடங்கின. ரவை கோதுமையிலிருந்து தயாரிக்கப்பட்ட, காய்கறிகளுடனும் இறைச்சி சேர்ந்து தயாரிக்கப்பட்ட பாரம்பரிய லிபிய உணவுகளின் மீது அவருக்கு விருப்பம் இருந்தது. மத்தியக் கிழக்கு உணவு வகைகளின் பொதுவான அம்சமான ஆட்டுக்குட்டி, அவரது உணவில் அவ்வப்போது சேர்க்கப்பட்டது.

கடாஃபியின் உணவுப் பழக்கவழக்கங்கள் அவரது ஆடம்பரத்தின் மீதான ஆர்வத்தை வெளிப்படுத்தியது. அவர் சர்வதேச உணவு வகைகளை விரும்பினார். அவரது பயணங்களின் போது பல்வேறு கலாசாரங்களிலிருந்து தயாரான பலவிதமான உணவுகளை விரும்பி அருந்தினார். அவர் தனது உணவு விருப்பங்களை நிறைவேற்றிக்கொள்ள தனிப்பட்ட சமையல்காரருடன் பயணம் செய்தார்.

கடாஃபியின் உணவுப் பழக்கவழக்கங்களும் அவரது அரசியல் அபிலாஷைகளால் பாதிக்கப்பட்டன. அவர் தனது சமையல் தேர்வுகளைத் தனது மக்களுக்கும் சர்வதேசச் சமூகத்திற்கும் சில செய்திகளைத் தெரிவிக்கப் பயன்படுத்தினார். எடுத்துக்காட்டாக, மேற்கத்திய செல்வாக்கிற்கு எதிரான எதிர்ப்பின் அடையாளமாகவும், பாரம்பரிய மதிப்புகளுக்குத் திரும்புவதற்கான அடையாளமாகவும் ஒட்டகப் பால் நுகர்வை அவர் ஊக்குவித்தார். இது ஏகாதிபத்திய எதிர்ப்பாளராக, கலாசாரப் பாதுகாப்பின் வெற்றியாளராக அவரை முன்னிறுத்தியது.

கடாஃபியின் ஆடைப் பழக்கவழக்கங்கள் அவர் பிறந்த பெடோயின் பின்னணியையும், தனது மக்களின் பாரம்பரியங்களுடன் தன்னை இணைத்துக் கொள்ள வேண்டும் என்ற அவரது விருப்பத்தையும் காட்டின. பெடோயின் நாடோடிகளின் ஆடைகளைப் பிரதிபலிக்கும்

வகையில் ஆடைகளை அணிந்து அவர் பொது இடங்களில் தோன்றினார். லிபியாவின் பண்பாட்டு வேர்களுடன் ஆழமாகத் தொடர்புடைய, மக்களின் மனிதராகத் தன்னைக் காட்டிக் கொள்ள கடாஃபி விரும்பினார். பாரம்பரிய உடைகளை அணிவதன் மூலம், தனது நாட்டின் வரலாறு மற்றும் அடையாளத்துடன் தொடர்பில் இருந்த ஒரு தலைவர் என்ற தனது பிம்பத்தை அவர் வலுப்படுத்தினார்.

கடாஃபியின் கம்பீரம் மற்றும் தனித்துவத்தின் அடையாளமாக ராணுவச் சீருடைகளையும் அணிந்தார். அவை பதக்கங்கள் மற்றும் சின்னங்களால் அலங்கரிக்கப்பட்டன. இந்தச் சீருடைகள் அதிகாரத்தின் பிம்பத்தை முன்னிறுத்தி, ஒரு ராணுவத் தலைவர், புரட்சியின் வழிகாட்டி என்ற பிம்பத்துடன் இணைந்திருந்தன. பாரம்பரிய பெடோயின் ஆடைகளை ராணுவ உடையுடன் இணைத்து பாரம்பரிய மற்றும் நவீன, ஜனரஞ்சகத் தலைவராகத் தன்னை வெளிக்காட்டினார்.

கடாஃபியின் ஆடை விருப்பங்கள் மற்ற உலகத் தலைவர்களிடமிருந்து தன்னை வேறுபடுத்திக் காட்டுவதற்கான அவரது விருப்பத்தை வெளிப்படுத்தின. அயல் நாட்டுப் பயணங்களின் போதும், சந்திப்புகளின் போதும் கடாஃபி வண்ணமயமான, விசித்திரமான ஆடைகளை அணிந்தார். இது பிறரது கவனத்தை ஈர்க்கவும், ஆர்வத்தைத் தூண்டவும், அவரைச் சுற்றிக் கணிக்க முடியாத ஒரு கருத்தை உருவாக்கும் நோக்கத்தைக் கொண்டிருந்தது. அவரது உடை ஓர் உரையாடலுக்கு வழிவகுக்கும் தொடக்கமாக மாறியது. அவரது சர்ச்சைக்குரிய கொள்கைகள் மற்றும் நடவடிக்கைகளிலிருந்து கவனத்தைத் திசைதிருப்பி உலக அரங்கில் அவரது தனித்துவமான இருப்பை வலுப்படுத்தியது.

கடாஃபியின் அன்றாட வழக்கமானது பாரம்பரிய, நவீனக் கூறுகளின் கலவையைக் கொண்டிருந்தது. அவர் பெரும்பாலும் உடல் பயிற்சியுடன் தனது நாளைத் தொடங்கினார். இது அவரது உடல்நலம் மற்றும் உடற்தகுதியை மேம்படுத்துவதோடு இணைந்தது. அவர் பெடோயின் வாழ்க்கை முறையை விரும்பினார். அதிகாரபூர்வக் குடியிருப்புகளில் தூங்குவதைவிட ஒரு பாரம்பரிய பெடோயின் கூடாரத்தில் தூங்கும் வழக்கத்தை அவர் கொண்டிருந்தார். தனது நாட்டின் பண்பாட்டு மரபுகளை அடிப்படையாகக் கொண்ட, மக்களின் மனிதராகத் தன்னைக் காட்டிக் கொள்வதற்கான அவரது முயற்சிகளுக்கு ஏற்ப இந்த விருப்பம் இருந்தது.

அரசுத் தலைவர், ராணுவத் தளபதி, கருத்தியல் ஆளுமைகள் எனப் பல பொறுப்புகளை வகித்தார். அவரது நாள் பெரும்பாலும் உள்நாட்டு மற்றும் சர்வதேச அதிகாரிகளுடனான சந்திப்புகளை உள்ளடக்கியது. இந்தச் சந்திப்புகளின் போது அவர் அரசியல், பொருளாதாரம், மக்கள் நலம் குறித்து விவாதித்தார். அவரது தலைமைத்துவப் பாணியில் எதேச்சதிகாரக் கட்டுப்பாடும், ஜனரஞ்சக ஈடுபாடும் கலந்திருந்தது. அவர் பொதுமக்களுடன் நேரடியாகத் தொடர்பு கொண்டு அவர்களுடன் கலந்துரையாடி அவர்களது பிரச்சினைகளை அறிந்து நிறைவு செய்தார். கணிசமான செல்வத்தையும் வளங்களையும் குவித்தாலும், எளிமை மற்றும் சிக்கனத்தின் பிம்பமாகத் தன்னை முன்னிறுத்தினார்.

பொழுதுபோக்கு நடவடிக்கைகள் கடாஃபியின் அன்றாட வாழ்க்கையின் மற்றொரு அம்சமாகும். குதிரைச் சவாரியில் அவருக்கு விருப்பம் இருந்தது. கால்பந்து, கையுந்து பந்து போன்ற விளையாட்டுகளிலும் அவர் ஆர்வம் கொண்டிருந்தார். இந்த விளையாட்டுகளை அவர் தனது பரிவாரங்களுடனும், தனது பாதுகாப்புக் குழு உறுப்பினர்களுடன் விளையாடினார். இந்தத் தருணங்கள் தலைமையின் அழுத்தங்களுக்கு மத்தியில் கடாஃபிக்குத் தளர்வையும், தோழமை உணர்வையும் அளித்தன.

கடாஃபியின் ஆட்சி கடுமையான பாதுகாப்பு நெறிமுறைகளைக் கொண்டிருந்தது. அவரது பாதுகாப்புக்கு ஒரு பிரத்தியேகக் குழு பொறுப்பாக இருந்தது. அவர் பெரும்பாலும் கவச வாகனங்களின் அணிவகுப்புகளில் பயணம் செய்தார். அவரது பாதுகாப்பை உறுதி செய்வதற்காக அவரது பொது நிகழ்ச்சிகள் கவனமாக ஒழுங்கமைக்கப்பட்டன. அவரது வழக்கமானது பாரம்பரிய நடைமுறைகள், அரசியல் ஈடுபாடுகள், பொழுதுபோக்கு நடவடிக்கைகளின் கலவையை உள்ளடக்கியது. எளிமை மற்றும் ஜனரஞ்சக ஈடுபாட்டின் பிம்பத்தை முன்னிறுத்தும் அதே வேளையில், கடாஃபியின் தலைமைத்துவப் பாணி இறுக்கமான கட்டுப்பாடு, பாதுகாப்பு நடவடிக்கைகளால் குறிக்கப்பட்டது.

4. தலைமைத்துவ வேட்கை

கடாஃபியின் ஆரம்ப ஆண்டுகள் அரசியல் சிந்தனைகளின் வெளிப்பாடு மற்றும் மாறிவரும் லிபியா ஆகியவற்றால் குறிக்கப்பட்டன. சிர்ட்டேவுக்கு அருகிலுள்ள பாலைவனச் சூழலில் வளர்ந்த அவர், பாரம்பரிய பெடோயின் வாழ்க்கையின் சவால்களை அனுபவித்தார். தனது நாட்டில் வெளிநாட்டுச் சக்திகளின் செல்வாக்கைக் கண்டார். இந்த அனுபவங்கள் அவரது கலாசாரப் பாரம்பரியத்தின் மீதான பெருமித உணர்வையும், வெளிப்புறக் கட்டுப்பாட்டை எதிர்க்கும் உறுதியையும் அவருக்குள் விதைத்து, அவரது தலைமை முழுவதும் எதிரொலிக்கும் கருப்பொருள்கள் ஆகின.

கடாஃபியின் ஆரம்ப ஆண்டுகள் காலனித்துவ எதிர்ப்பு இயக்கங்கள் மற்றும் பான்—அரேபியச் சித்தாந்தங்களின் காலமாகும். எகிப்தின் கமால் அப்துல் நாசர் போன்ற தலைவர்களால் ஈர்க்கப்பட்ட கடாஃபி, வெளிநாட்டுத் தலையீடு இல்லாத ஐக்கிய அரபு நாடு என்ற எண்ணத்தில் ஈர்க்கப்பட்டார். அரேபிய ஐக்கியம் மற்றும் காலனித்துவச் சக்திகளிடமிருந்து விடுதலை பற்றிய இந்தப் பார்வை லிபியாவை இதேபோன்ற பாதையை நோக்கி வழிநடத்தவேண்டும் என அவர் விரும்பினார்.

லிபியாவைத் தன்னிறைவு பெற்ற, வளமான நாடாக மாற்ற வேண்டும் என்ற அவரது விருப்பமே கடாஃபியின் அதிகார உயர்வுக்குக் காரணமாக அமைந்தது. அவரது ஆரம்பக்கால ஈடுபாடு, மன்னர் இட்ரிஸின் ஊழல் மற்றும் பயனற்ற ஆட்சியின் மீதான அவரது விரக்தியால் உந்தப்பட்டது. நேரடி ஜனநாயகம், சோசலிசம் மற்றும் மேற்கத்திய முதலாளித்துவம் மற்றும் கம்யூனிசத்தை நிராகரிப்பதை வலியுறுத்தும் “பசுமைப் புத்தகத்தில்” கோடிட்டுக் காட்டப்பட்டுள்ள தனது தனித்துவமான அரசியல் தத்துவத்தை செயல்படுத்துவது லிபியா குறித்த கடாஃபியின் பார்வையில் அடங்கும்.

இளம் ராணுவ அதிகாரிகளின் குழுவான ஃப்ரீ ஆபிசர்ஸ் இயக்கம் குடியரசின் அரசாங்கமான புரட்சிகரக் கட்டளைக் குழு (Revolutionary Command Council - RCC) என்று தங்களை அறிவித்துக் கொண்டது. கடாஃபி அதன் தலைவரானார். மேலும் ஆயுதப் படைகளின் தளபதியாகப் பொறுப்பேற்றுக் கொண்டு கர்னல் ஆனார். லிபியாவின் நிர்வாக தலைநகரம் திரிபோலிக்கு மாற்றப்பட்டது. கடாஃபியின் ஆட்சி ஒருமித்த கருத்து கொண்டவர்களால் உருவாக்கப்பட்ட கூட்டாட்சியாக இருந்தாலும், கடாஃபி அதில் ஆதிக்கம் செலுத்தினார்.

ஆட்சிக்கவிழ்ப்பு முடிந்தவுடன், நாட்டை நவீனமயமாக்கும் நோக்கத்துடன் முன்னேறியது கடாஃபியின் அரசாங்கம்.முதலில் இட்ரிஸின் ஆதரவாளர்களை அரசியல் அதிகாரத்திலிருந்தும், ஆயுதப் படைகளிலிருந்தும் அகற்றினர். அந்த இடங்களில் சாதாரண நிலையிலிருந்த இளைஞர்கள் நியமிக்கப்பட்டனர். கடந்த ஆட்சியில் நடந்த ஊழல்களை விசாரிக்க மக்கள் நீதிமன்றங்கள் நிறுவப்பட்டது. குற்றம் சாட்டப்பட்டு நிரூபிக்கப்பட்டப் பலர் சிறையில் அடைக்கப்பட்டனர். இட்ரிஸ் இல்லாத நிலையில் அவருக்கு மரணதண்டனை விதிக்கப்பட்டது.

1970ம் ஆண்டு கடாஃபி சட்டமன்ற மறு ஆய்வு திருத்தம் மதச்சார்பற்ற, மத சட்டக் குறியீடுகளை ஒன்றிணைத்து, ஷரியா (sharia) சட்ட அமைப்பை அறிமுகப்படுத்தினார். அரசியல் கட்சிகளுக்கு தடை விதித்தார். தொழிற்சங்கங்களை தடை செய்தார். பொருளாதார மற்றும் சமூக சீர்திருத்தங்களைக் கொண்டு வரும் நோக்கில் தொழில்முனைவோருக்கும், முதலாளித்துவத்தை வளர்க்கவும் பல திட்டங்கள் நிறுவப்பட்டன. உணவு உற்பத்தியில் லிபியாவை தன்னிறைவு அடையச் செய்ய, விவசாய உற்பத்தியை அதிகரிக்கப் பசுமைப்

புரட்சி ஏற்படுத்தப்பட்டது. அயல்நாட்டுக் கைகளிலிருந்த, பயன்பாட்டில் இல்லாத அனைத்து நிலங்களும் மீண்டும் கையகப்படுத்தப்பட்டு மறுபகிர்வு செய்யப்பட்டது. நீர்ப்பாசன அமைப்புகள் நிறுவப்பட்டன.

கச்சா எண்ணெய்யை நாட்டின் முதன்மை ஏற்றுமதியாகக் கொண்டு, லிபியாவின் எண்ணெய்த் துறையை மேம்படுத்த கடாஃபி முயற்சி எடுத்தார். எண்ணெய் நிறுவனங்களின் மீதான வெளிநாட்டு ஆதிக்கத்தைக் கட்டுக்குள் கொண்டுவந்தார். பழைய விதிமுறைகளை மாற்றினார். எண்ணெய்த் துறையின் மீதான அரசின் கட்டுப்பாட்டை அதிகரித்து புதிய வியாபாரக் கொள்கைகளைக் கொண்டு வந்தார். இந்த நடவடிக்கைகள் லிபியாவிற்குக் கூடுதல் வருவாயைக் கொண்டு வந்தன. பெரும்பாலான எண்ணெய் நிறுவனங்கள் தேசிய மயமாக்கப்பட்டன. கடாஃபிக்கு, இது சோசலிசத்தை நோக்கிய ஒரு முக்கியமான படியாகும். இது ஒரு பொருளாதார வெற்றியை லிபியாவிற்கு கொண்டுவந்தது. லிபியர்களின் வாழ்க்கைத் தரம் மேம்பட்டது.

கடாஃபியின் அரசாங்கம் சமூக சீர்திருத்தத்திற்கான நடவடிக்கைகளை மேற்கொண்டது, இரவு விடுதிகள், மது அருந்துவது ஆகியவை தடைசெய்யப்பட்டது, கிறிஸ்தவத் தேவாலயங்கள் மூடப்பட்டன, பாரம்பரிய லிபிய உடை ஊக்குவிக்கப்பட்டது. அரசாங்க அலுவலகங்கள், தகவல் தொடர்பு ஆகியவற்றில் அரபு மொழி கட்டாய மொழியாக அறிவிக்கப்பட்டது. தொழிலாளர்களின் குறைந்தபட்ச ஊதியம் இரட்டிப்பாக்கியது. பெண்களுக்கான சீர்திருத்தத்தை ஊக்குவிக்கும் நோக்கத்தோடு புரட்சிகரப் பெண்கள் அமைப்பு நிறுவப்பட்டது. முந்தைய ஆட்சியில் பெண்களுக்கு விதிக்கப்பட்ட கடுமையான சமூகக் கட்டுப்பாடுகளைக் களைய விரும்பினார் கடாஃபி. பாலினச் சமத்துவத்துவம், ஊதிய சமத்துவத்துவம் ஆகியவற்றை வலியுறுத்தும் சட்டம் அறிமுகப்படுத்தப்பட்டது. இளம் வயது திருமணத்தைக் குற்றமாக்கும் சட்டம் இயற்றப்பட்டது. கடாஃபியின் ஆட்சி பெண்களுக்குக் கல்வி மற்றும் வேலை வாய்ப்புகளை ஏற்படுத்தியது. இது நடுத்தர வர்க்கத்தினருக்கும் சிறுபான்மையினருக்கும் பயனளித்தது.

கடாஃபியின் அரசாங்கம் வீடு கட்டும் திட்டங்களுக்கு வழிவகுத்தது. இது வீடற்ற நிலையை அகற்றவும், குடிசைகளை மாற்றவும் வடிவமைக்கப்பட்டது. சுகாதாரத் துறையும்

விரிவுபடுத்தப்பட்டு மருத்துவமனைகள் கட்டப்பட்டன. அனைத்து மக்களுக்கும் மருத்துவம் பரவலாக்கப்பட்டது. மாணவர்களுக்கான கல்வித் திட்டங்கள், இலவச பல்கலைக்கழகக் கல்வி ஆகியவை அறிமுகப்படுத்தப்பட்டது. திரிபோலி பல்கலைக்கழகமும் பெங்காசி பல்கலைக்கழகமும் விரிவுபடுத்தப்பட்டது. வேலைவாய்ப்பு அதிகரிக்கப்பட்டது. இந்த ஆரம்பக்காலச் சமூக திட்டங்கள் லிபியாவை முன்னேற்ற உதவின.

கடாஃபியின் தலைமைத்துவம் அரபு உலகில் மேற்கத்திய சக்திகள், பன்னாட்டு நிறுவனங்களின் மேலாதிக்கத்தைச் சவால் செய்வதற்கான அவரது விருப்பத்துடன் பின்னிப் பிணைந்திருந்தன. எண்ணெய் நிறுவனங்கள் உட்பட வெளிநாட்டுக்குச் சொந்தமான சொத்துகளை அவர் தேசியமயமாக்கினார். லிபியாவின் வளங்கள் மீதான கட்டுப்பாட்டை மீண்டும் பெறுவதற்கும் வெளிநாட்டுச் செல்வாக்கைச் சார்ந்திருப்பதைக் குறைப்பதற்கும் அவர் முயற்சி எடுத்தார். ஆப்பிரிக்க விடுதலை இயக்கங்கள், ஐரிஷ் குடியரசு ராணுவம் போன்ற உலகெங்கிலும் உள்ள பல்வேறு புரட்சிகர இயக்கங்களுக்கு அவர் அளித்த ஆதரவு அவரது ஏகாதிபத்திய எதிர்ப்பு நிலைப்பாட்டுடன் ஒத்துப்போனது.

லிபியா ஒரு தன்னிறைவு பெற்ற, ஒருங்கிணைந்த. வளமான நாடாக இருக்க வேண்டும் என்ற அவரது பார்வை அவரது ஆட்சி முழுவதும் அவரது நடவடிக்கைகளையும் முடிவுகளையும் வழிநடத்தியது. மேற்கத்திய செல்வாக்கைச் சவால் செய்யவும், தனது நாட்டின் தலைவிதியை மறுவடிவமைக்கவும், உலக அரங்கில் நீடித்த தாக்கத்தை ஏற்படுத்தவும் கடாஃபியின் தலைமைத்துவ விருப்பம் அவரது லட்சியத்துடன் பின்னிப் பிணைந்தது.

5. தேவைகளும் தேடல்களும்

உலக அரங்கில் லிபியாவின் புவிசார் அரசியல் செல்வாக்கை நிலைநிறுத்துவது கடாஃபியின் முதன்மைத் தேவைகளில் ஒன்றாகும். பொருத்தத்திற்கான அவரது தேடல் அவரைச் சர்வதேச அமைப்புகளுடன் தீவிரமாக ஈடுபடவும், பிற அரபு நாடுகளுடன் கூட்டணிகளை உருவாக்கவும், ஆப்பிரிக்க நாடுகளின் நலன்களுக்காக வாதிடவும் வழிவகுத்தது. அரபு லீக் மற்றும் ஆப்பிரிக்க ஒன்றியம் போன்ற அமைப்புகளில், உலகளாவிய விவகாரங்களில் லிபியாவின் குரலை விரிவுபடுத்த கடாஃபி விரும்பினார். மேற்கத்திய நாடுகளின் பொருளாதார அரசியல் கட்டுப்பாட்டிலிருந்து விடுபடுவதன் மூலம் மட்டுமே உண்மையான இறையாண்மையை அடைய முடியும் என்று நம்பினார். வல்லரசுகள் மற்றும் பன்னாட்டு நிறுவனங்களின் மேலாதிக்கத்தை எதிர்த்தார். அயல்நாட்டிற்குச் சொந்தமான சொத்துகளை அவர் நாட்டுடைமையாக்கியதும், ஏகாதிபத்திய எதிர்ப்பு இயக்கங்களுக்கான ஆதரவும் இந்த நோக்கத்திற்கான அவரது உறுதிப்பாட்டைக் காட்டியது.

பொருளாதாரச் சுயாட்சி என்பது கடாஃபிக்கு மற்றொரு முக்கியத் தேவையாக இருந்தது. மேற்கத்தியப் பொருளாதாரக் கட்டமைப்புகளை நம்பாமல் செழிக்கக்கூடிய தன்னிறைவு பெற்ற நாடாக லிபியாவை அவர் கற்பனை செய்தார். அவரது பசுமைப் புத்தகத்தில் கோடிட்டுக் காட்டப்பட்டுள்ளபடி ஒரு மூன்றாம் சர்வதேச கோட்பாட்டிற்கான அவரது வாதம், நேரடி ஜனநாயகம் மற்றும் அரசுக் கட்டுப்பாட்டில் உள்ள தொழில்கள் மூலம் பொருளாதாரத் தற்சார்பை வலியுறுத்தியது. ஒரு நாட்டின் செழிப்பு அதன் சொந்த மக்களால் தீர்மானிக்கப்பட வேண்டும் என்ற கொள்கையில் அவர் தீவிரமாக இருந்தார்.

அரேபிய, ஆப்பிரிக்க கலாசார அடையாளத்தைப் பாதுகாத்து வளர்க்க வேண்டும் என்ற கடாஃபியின் விருப்பமும் அவரது நடவடிக்கைகளில் வெளிப்பட்டது. இரண்டு பிராந்தியங்களும் வரலாற்று ரீதியாகக் காலனித்துவச் சக்திகளால் ஓரங்கட்டப்பட்டவை என்று அவர் நம்பினார். இந்தக் கலாசாரங்கள் செழிக்க ஒரு தளத்தை உருவாக்க முயன்றார். பூர்வீக மரபுகள், மொழிகள், மதிப்புகளைப் புதுப்பிப்பதை நோக்கமாகக் கொண்ட கலாசார, கல்வி நிறுவனங்களை நிறுவுவதை அவர் ஆதரித்தார். கலாசார மறுமலர்ச்சிக்கான அவரது உறுதிப்பாட்டை வலுப்படுத்தினார்.

கடாஃபி ஆப்பிரிக்க ஒற்றுமைக்காகவும் ஒருமைப்பாட்டிற்காகவும் தீவிரமாக வாதாடினார். உலக அரங்கில் தங்கள் செல்வாக்கை நிலைநாட்டவும், மேற்கத்திய மேலாதிக்கத்தை எதிர்க்கவும் ஆப்பிரிக்க நாடுகள் ஒன்றிணைவதன் முக்கியத்துவத்தை அவர் உணர்ந்தார். ஆப்பிரிக்க ஒன்றியத்தை மேம்படுத்துவதற்கும் ஆப்பிரிக்க நாடுகளுக்கு நிதி உதவி வழங்குவதற்கும் அவர் மேற்கொண்ட முயற்சிகள் கண்டத்தின் கூட்டுக் குரலை உயர்த்துவதற்கான அவரது உறுதிப்பாட்டை வெளிப்படுத்தின.

கடாஃபியின் ஆட்சியின் கீழ், லிபியா குறிப்பிடத்தக்க உள்கட்டமைப்பு வளர்ச்சியை அடைந்தது. நாட்டின் எண்ணெய் வருவாய் லிபிய மக்களின் வாழ்க்கைத் தரத்தை மேம்படுத்துவதை நோக்கமாகக் கொண்ட திட்டங்களில் முதலீடு செய்யப்பட்டது. இந்த முன்முயற்சிகளில் பள்ளிகள், மருத்துவமனைகள், வீட்டுவசதி, போக்குவரத்து, கட்டுமானம் ஆகியவை அடங்கும். உள்நாட்டு வளர்ச்சியில் கடாஃபியின் கவனம் தனது குடிமக்களின் வாழ்க்கைத் தரத்தை உயர்த்துவதை நோக்கமாகக் கொண்டது.

கடாஃபியின் குறிப்பிடத்தக்கச் சாதனைகளில் ஒன்று அனைத்து லிபியர்களுக்கும் இலவசச் சுகாதாரம், கல்வியை அமல்படுத்தி வறுமை மற்றும் கல்வியறிவின்மை விகிதங்களைக் குறைக்கப் பங்களித்தது. கல்வி, தொழிலாளர் உள்ளிட்ட பல்வேறு துறைகளில் பெண்கள் பங்கேற்க ஊக்குவிக்கப்பட்டனர். ராணுவம் மற்றும் காவல் படைகளில் பெண்கள் பங்கேற்பதை அவர் ஆதரித்தார். அவரது காலனித்துவ எதிர்ப்பு நிலைப்பாடும் மேற்கத்திய செல்வாக்கிலிருந்து விடுபடுவதற்கான முயற்சிகளும் அவரை அரேபியச் சுதந்திரத்தின் பாதுகாவலராக ஈர்த்தது.

லிபியாவின் கலாசாரப் பாரம்பரியத்தைப் புதுப்பித்துக் கொண்டாடுவதை கடாஃபி நோக்கமாகக் கொண்டிருந்தார்.

பூர்வீக மரபுகள், மொழிகள், வரலாற்றுத் தளங்களைப் பாதுகாப்பதை நோக்கமாகக் கொண்ட கலாசார நிறுவனங்களில் அவர் முதலீடு செய்தார். கலாசார அடையாளத்தை மேம்படுத்துவதற்கான அவரது அர்ப்பணிப்பு லிபியச் சமூகத்தின் கட்டமைப்பை வலுப்படுத்துவதற்கான அவரது விருப்பத்தை வெளிப்படுத்தியது. கடாஃபியின் அரசியல் தத்துவம், அவரது கிரீன் புக்கில் கோடிட்டு காட்டப்பட்டுள்ளபடி, அதிகாரம் மக்களுடன் தங்கியிருக்கும் நேரடி ஜனநாயக முறையை ஆதரித்தது. இந்தத் தத்துவத்தை நடைமுறைப்படுத்துவது குறித்து விவாதிக்கப்பட்டாலும், நிர்வாகத்தில் மக்களின் பங்கேற்பு குறித்த அவரது வலியுறுத்தல், அனைவரையும் உள்ளடக்கிய அரசியல் நிலப்பரப்பிற்கான அவரது விருப்பத்தை எடுத்துக்காட்டியது.

1969ம் ஆண்டு லிபியாவில் நடந்த ஆட்சிக்கவிழ்ப்புக்குப் பிறகு, பிரான்ஸ் , ஐக்கிய ராஜ்ஜியம், அமெரிக்கா மற்றும் சோவியத் யூனியன் ஆகிய நான்கு நாட்டின் பிரதிநிதிகள் லிபியாவின் பிரதிநிதிகளை சந்திக்க அழைக்கப்பட்டனர். லிபியாவில் உள்ள அவர்களது நாட்டின் ராணுவத் தளங்களைப் பாதுகாப்பதற்காக ஐக்கிய ராஜ்ஜியமும், அமெரிக்காவும் அங்கீகாரத்தை நீட்டித்தன. கடாஃபி தேசிய இறையாண்மையை நிலைநாட்டவும், வெளிநாட்டுக் காலனித்துவ, ஏகாதிபத்திய தாக்கங்களை அகற்றவும் உறுதியாக இருந்தார். லிபியாவிலிருந்து அமெரிக்காவும் இங்கிலாந்தும் ராணுவத் தளங்களை அகற்ற வேண்டும் என்று அவரது நிர்வாகம் வலியுறுத்தியது. இதையடுத்து ஆங்கிலேயர்களும், அமெரிக்கர்களும் வெளியேறினர்.

லிபியாவில் இத்தாலிய செல்வாக்கைக் குறைக்க அனைத்து இத்தாலியச் சொத்துகளும் அபகரிக்கப்பட்டன. இத்தாலியச் சமூகம் லிபியாவிலிருந்து வெளியேற்றப்பட்டது . இந்த நடவடிக்கை முந்தைய லிபிய உடன்படிக்கைக்கு எதிரானது என்று இத்தாலி புகார் கூறியது. கடாஃபி இஸ்ரேலை ஆதரிப்பதன் காரணமாக அமெரிக்காவை விமர்சித்தார். இஸ்ரேல்—பாலஸ்தீன மோதலில் பாலஸ்தீனியர்களுக்குப் பக்கபலமாக இருந்தார். இஸ்ரேல் தேசத்தை உருவாக்கியதை அரபு உலகில் கட்டாயப்படுத்தப்பட்ட மேற்கத்திய காலனித்துவ ஆக்கிரமிப்பாகக் கருதினார். மேற்கத்தியச் சக்திகளுக்கு எதிரான பாலஸ்தீனிய வன்முறை, காலனித்துவத்திற்கு எதிராகப் போராடும் ஒடுக்கப்பட்ட மக்களின் நியாயமான பதில் என்று அவர் நம்பினார். இஸ்ரேலுக்கு எதிராகப்

போராட அரபு நாடுகளுக்கு அழைப்பு விடுத்தார். இஸ்ரேலிய எதிர்ப்பு போராளிகளுக்கு நிதியளிக்க நிதி திரட்டினார்.

கடாஃபி பாலஸ்தீனத் தலைவர் யாசர் அராஃபத்தை மிகவும் மிதவாதியாகக் கருதினார். இதனால் கடாஃபிக்கு அரஃபாத்துடனான உறவில் விரிசல் ஏற்பட்டது. கடாஃபி வன்முறை நடவடிக்கைக்கு அழைப்பு விடுத்தார். பாலஸ்தீன விடுதலைக்கான போராடும் போராளிகளை அவர் ஆதரித்து அந்த அமைப்புகளுக்கு கடாஃபி நிதியளித்தார். போராட்டக் குழு உறுப்பினர்கள் 1972ம் ஆண்டு மேற்கு ஜெர்மனியில் இஸ்ரேலிய விளையாட்டு வீரர்களை மியூனிக் நகரில் படுகொலை செய்தனர். கடாஃபி நிதியளித்த, ஆதரித்த பல குழுக்கள் கடுமையான வன்முறை நடவடிக்கைளை மேற்கொண்டன. ஆனாலும் கடாஃபி இந்தக் குற்றங்களை நிராகரித்தார். அவர்களை விடுதலைப் போராட்டங்களில் ஈடுபட்ட புரட்சியாளர்களாகக் கருதினார்.

கடாஃபி லிபியச் சமூகத்தின் ஒவ்வொரு அம்சத்தையும் கட்டுப்படுத்தினார். அவரது ஆட்சியின் கீழ் அரசியல் சுதந்திரங்கள் இல்லாமை, மனித உரிமை மீறல்கள் அச்சம் மற்றும் அடக்குமுறையின் சூழலுக்கு வழிவகுத்தன. தன்னிச்சையான கைதுகள், சித்திரவதைகள், சட்டத்திற்குப் புறம்பான கொலைகள் உள்ளிட்ட மனித உரிமை மீறல்களை கடாஃபியின் ஆட்சி செயல்படுத்தியது. அவரது ஆட்சியை எதிர்த்த அதிருப்தியாளர்கள், பத்திரிகையாளர்கள் செயற்பாட்டாளர்கள் ஆகியோர் கடுமையான விளைவுகளை எதிர்கொண்டனர். 1996ம் ஆண்டில் ஆயிரத்திற்கும் மேற்பட்ட கைதிகள் கொல்லப்பட்ட அபு சலீம் சிறைப் படுகொலை அவரது ஆட்சியின் காட்டுமிராண்டித்தனத்தை நினைவூட்டுகிறது.

கடாஃபியின் ஆட்சியில் கருத்துச் சுதந்திரம் பறிக்கப்பட்டது. ஊடகங்கள் இறுக்கமாகக் கட்டுப்படுத்தப்பட்டன. அரசாங்கத்தின் மீதான எந்தவொரு விமர்சனமும் கடுமையான பழிவாங்கல்களை எதிர்கொண்டது. பேச்சுச் சுதந்திரத்தின் மீதான இந்த அடக்குமுறை, வெளிப்படையான உரையாடல்களை நசுக்கியதுடன், மக்கள் தங்கள் கவலைகளை வெளிப்படுத்தும் திறனை மட்டுப்படுத்தியது. கடாஃபி தன்னைச் சுற்றி ஓர் ஆளுமை வழிபாட்டை வளர்த்துக் கொண்டார், தன்னை புரட்சியின் தலைவர் மற்றும் வழிகாட்டி என்று காட்டிக் கொண்டார்.

இந்த ஆளுமை வழிபாடு அவரது உருவப்படங்கள், உரைகள் மற்றும் மூன்றாம் உலகளாவிய கோட்பாடு எனப்படும் அதிகாரபூர்வச் சித்தாந்தம் வரை நீட்டிக்கப்பட்டது. கடாஃபியின் புகழ்ச்சி அவரது கட்டுப்பாடற்ற அதிகாரத்தை வலுப்படுத்தியதுடன் எந்தவொரு ஜனநாயகச் சோதனைகளையும் சமநிலைகளையும் தடுத்தது. கடாஃபியின் வெளியுறவுக் கொள்கை முடிவுகள் பெரும்பாலும் லிபியாவிற்கும் சர்வதேசச் சமூகத்திற்கும் எதிர்மறையான விளைவுகளை ஏற்படுத்தின.

லாக்கர்பி குண்டுவெடிப்பு உட்படச் சர்வதேசப் பயங்கரவாதத்திற்கு அவர் அளித்த ஆதரவு, லிபியாவின் உலகளாவிய அந்தஸ்தைச் சேதப்படுத்தி சர்வதேச தனிமைப்படுத்தலுக்கு வழிவகுத்தது. அண்டை நாடுகளான சாட் மற்றும் உகாண்டாவில் அவரது ராணுவத் தலையீடுகள் பிராந்தியத்தில் மோதல்களுக்கு வழிவகுத்தன. லிபியாவின் பரந்த எண்ணெய் வளம் இருந்தபோதிலும், கடாஃபியின் பொருளாதாரக் கொள்கைகள் பெரும்பாலும் தவறான நிர்வாகத்திற்கும் செல்வ விநியோகத்தில் ஏற்றத்தாழ்வுகளுக்கும் வழிவகுத்தன. அவரது ஆட்சியில் நடந்த ஊழல் பொருளாதாரச் சவால்களை மேலும் அதிகரித்தது.

கடாஃபியின் குடும்ப உறுப்பினர்கள் அவரது ஆட்சியில் முக்கியப் பதவிகளை வகித்தனர். இது அவரது உள்வட்டத்திற்குள் அதிகார குவிப்புக் குற்றச்சாட்டுகளுக்கு வழிவகுத்தது. இந்த நடைமுறைத் தகுதியைக் குறை மதிப்பிற்கு உட்படுத்தி அவரது குடும்ப உறுப்பினர்களிடையே உரிமை உணர்வை ஏற்படுத்தியது.

ஆட்சிக்கு வந்ததும், கடாஃபியின் அரசியல் பார்வை அவரது பசுமைப் புத்தகத்தில் கோடிட்டுக் காட்டப்பட்ட கொள்கைகள் மூலம் வடிவம் பெற்றது. கடாஃபி மேற்கத்திய முதலாளித்துவ மற்றும் கம்யூனிச சித்தாந்தங்களிலிருந்து விடுபட முயன்றார். மக்கள் குழுக்கள் மூலம் தனிநபர்களுக்கு அதிகாரம் அளிப்பதையும் பாரம்பரியப் பிரதிநிதித்துவ ஜனநாயகத்தை அகற்றுவதையும் நோக்கமாகக் கொண்ட ஒரு மூன்றாவது உலகளாவிய கோட்பாட்டை முன்மொழிந்தார்.

கடாஃபி அதிகாரத்தை மையப்படுத்தினார், அரசியல் கருத்து வேறுபாடுகளையும் அடக்கினார். தனது புரட்சிகரக் குழுக்கள் மற்றும் பாதுகாப்புப் படைகள் மூலம் ஒரு கட்டுப்பாட்டு முறையை நிறுவினார். லிபியச் சமூகத்தின் ஒவ்வொரு சிறப்பையும்

வடிவமைக்கும் அவரது நோக்கத்தைப் பிரதிபலிக்கும் 'புரட்சியின் சகோதரத் தலைவர் மற்றும் வழிகாட்டி' என்ற அவரது சுயமாகத் திணிக்கப்பட்ட பட்டத்தால் அவரது தனிப்பட்ட அதிகாரம் விரிவுபடுத்தப்பட்டது.

சர்வதேச அளவில், கடாஃபியின் அரசியல் செல்வாக்கு லிபியாவின் எல்லைகளைத் தாண்டி நீண்டது. அவர் தனது எண்ணெய் வளத்தைத் தனது சித்தாந்தத்தை மேம்படுத்தவும் ஆப்பிரிக்கா, மத்தியக் கிழக்கு முழுவதும் ஏகாதிபத்திய எதிர்ப்பு இயக்கங்களை ஆதரிக்கவும் பயன்படுத்தினார். இருப்பினும், 1988ம் ஆண்டில் லாக்கர்பி குண்டுவெடிப்பில் அவருக்குத் தொடர்பு இருப்பதாகக் கூறப்படுவது போன்ற அவரது நடவடிக்கைகள் அவ்வப்போது சர்ச்சையைத் தூண்டின. இந்நிகழ்வு லிபியாவுக்கு எதிராக சர்வதேச தனிமைப்படுத்தல் மற்றும் பொருளாதாரத் தடைகளுக்கு வழிவகுத்தது.

2011 அரபு வசந்த எழுச்சிகளின் போது கடாஃபியின் தலைமை அதன் மிக முக்கியமான சவாலை எதிர்கொண்டது. அவரது ஆட்சிக்கு எதிரான வெகுஜன எதிர்ப்புக்கள் மிருகத்தனமான ஒடுக்குமுறையை எதிர்கொண்டன. கடாஃபி பதவி விலக மறுத்ததும், மாற்றுக் கருத்துக்கு அவர் அளித்த வன்முறையான எதிர்வினையும், எப்படியும் ஆட்சியைத் தக்கவைத்துக்கொள்ள வேண்டும் என்ற அவரது உறுதியை வெளிச்சம் போட்டுக் காட்டியது. நீதி மற்றும் செழிப்புக்கான அவரது ஆரம்பக்கால வாக்குறுதி, கருத்து வேறுபாடுகள், மனித உரிமை மீறல்கள் சர்வதேசச் சர்ச்சைகளை ஒடுக்கும் ஓர் ஆட்சியாக மாறியது.

அவரது சித்தாந்தத்தின் சில கூறுகள் சில சூழ்நிலைகளில் சாத்தியமான பயன்பாட்டைக் கொண்டிருந்தாலும், ஒட்டுமொத்தக் கட்டமைப்புச் சவால்களையும் வரம்புகளையும் எதிர்கொண்டது. இது உலகளவில் பயன்படுத்துவதைக் கடினமாக்கியது. கடாஃபி நேரடி ஜனநாயகத்திற்காக வாதிட்டார். அங்கு அரசியல் முடிவுகள் மக்கள் குழுக்கள் மூலம் மக்களால் எடுக்கப்பட்டன. இது பிரதிநிதித்துவ ஜனநாயகத்தை அகற்றுவதை நோக்கமாக கொண்டது. இது குறைபாடுள்ளது மற்றும் சூழ்ச்சியானது என்று அவர் கண்டார்.

இக்கோட்பாடுகளில் முடிவெடுப்பதில் குடிமக்களை ஈடுபடுத்தும் யோசனை மிகவும் கவர்ச்சிகரமானது. ஏனெனில், இது மக்கள் பங்கேற்பால் அதிகார குவிப்பைக் குறைக்கிறது. இருப்பினும், அத்தகைய முறையைப் பெரிய அளவில்

செயல்படுத்துவது சவாலானது. காரணம், இதற்கு அதிக அளவிலான ஈடுபாடு தேவைப்படுகிறது. இது நடைமுறையில் சிக்கலானதாக இருக்கும்.

கடாஃபியின் பொருளாதாரக் கொள்கைகள் பொருளாதாரச் சுயாட்சி, தன்னிறைவு மற்றும் அந்நிய சக்திகளைச் சார்ந்திருப்பதை நிராகரிப்பதை மையமாகக் கொண்டிருந்தன. வெளிநாட்டுப் பெருநிறுவனங்களின் சுரண்டலை அகற்றுவதை நோக்கமாகக் கொண்டு, தொழில்கள் மற்றும் வளங்கள் மீது அரசு கட்டுப்பாட்டிற்கு அவர் அழைப்பு விடுத்தார். பொருளாதாரச் சுயாட்சி என்பது எந்தவொரு நாட்டிற்கும் தகுதியான இலக்காக இருந்தாலும், கடாஃபியின் அமலாக்கம் பெரும்பாலும் திறமையின்மை, கண்டுபிடிப்புகளின் பற்றாக்குறை மேலும் அரசுக் கட்டுப்பாட்டில் உள்ள துறைகளில் ஊழலுக்கு வழிவகுத்தது.

அரபு மற்றும் ஆப்பிரிக்க கலாசார அடையாளத்தைப் புதுப்பிக்கவும் ஊக்குவிக்கவும் கடாஃபி முயன்றார். அவர் சுதேச மொழிகள், மரபுகள் மற்றும் வரலாற்று விவரிப்புகளை ஊக்குவித்தார். பண்பாட்டு அடையாளத்தைப் பாதுகாப்பது சமூகங்களின் உயிர்ப்புக்கு முக்கியமானது எனக் கருதினார். ஆனால், கலாசார விவரிப்புகளைக் கட்டுப்படுத்துவதற்கும் கையாளுவதற்கும் கடாஃபி மேற்கொண்ட முயற்சிகள் பெரும்பாலும் பிரச்சாரத்திற்கு வழிவகுத்து சிந்தனையின் பன்முகத்தன்மையை நசுக்கின.

கடாஃபியின் கொள்கைகள் எந்த ஒரு நாட்டிலும் பயன்படுத்தப்படுவதைப் பொறுத்தவரை, ஒவ்வொரு நாட்டின் சூழலின் நுணுக்கங்களையும் கருத்தில் கொள்வது முக்கியம். பொருளாதாரத் தன்னிறைவு, வளங்களின் சமமான பகிர்வு ஆகியவற்றில் கவனம் செலுத்துவது போன்ற அவரது சித்தாந்தத்தின் சில அம்சங்கள் சில நாடுகளுடன் எதிரொலிக்கக்கூடும் என்றாலும், கடாஃபியின் சர்வாதிகார முறைகள், கருத்து வேறுபாடுகளை அடக்குதல், அரசியல் சுதந்திரமின்மை ஆகியவை கடுமையான விமர்சனங்களை எதிர்கொண்டன.

அவரது சித்தாந்தத்தின் சில கூறுகள் குறிப்பிட்ட சூழல்களில் பொருத்தமானதாக இருந்தாலும், பரந்த கட்டமைப்பு அதன் சர்வாதிகாரத்தன்மை, பொருளாதாரத் திறமையின்மை ஆகியவை வெவ்வேறு நாடுகளின் மாறுபட்ட அரசியல், கலாசாரச் சூழல்களுக்கு மட்டுப்படுத்தப்பட்ட பரிசீலனை

காரணமாக உலகளாவிய பயன்பாட்டில் சிக்கல்களை எதிர்கொண்டது.

கடாஃபி, லிபியச் சமூகத்தின் பல்வேறு அம்சங்களை மாற்றுவதை நோக்கமாகக் கொண்ட தொடர்ச்சியான புதிய முயற்சிகளைத் தனது ஆட்சியின் போது அறிமுகப்படுத்தினார். இந்த முன்முயற்சிகள் நிர்வாகம், பொருளாதாரம், கல்வி போன்ற துறைகளில் பரவியிருந்தன. இந்த முன்முயற்சிகளில் சில நேர்மறையான நோக்கங்களைக் கொண்டிருந்தாலும், கடாஃபியின் சர்வாதிகார ஆட்சி அவற்றை நிறைவேற்றுவதில் உள்ள சிக்கல்கள் காரணமாக அவற்றின் செயலாக்கம் பெரும்பாலும் சவால்களையும் விமர்சனங்களையும் எதிர்கொண்டது.

கடாஃபியின் முக்கிய முன்முயற்சிகளில் ஒன்று மக்கள் குழுக்களை நிறுவுவதாகும். இது நேரடி ஜனநாயகத்தை ஊக்குவிப்பதையும் முடிவுகளை பரவலாக்குவதையும் நோக்கமாகக் கொண்டது. இந்தக் குழுக்கள் குடிமக்களுக்கு உள்ளூர் நிர்வாகத்தில் ஒரு குரலை வழங்குவதையும், அரசியல் செயல்முறைகளில் பங்கேற்க உதவுவதையும் நோக்கமாகக் கொண்டிருந்தன. இருப்பினும், மக்கள் குழுக்களின் செயல்பாடுகள் மீதான கடாஃபியின் கட்டுப்பாட்டால், அவற்றின் உண்மையான செயல்திறனை மட்டுப்படுத்தி, அவற்றைத் தனது ஆட்சியின் கருவிகளாக மாற்றியதால், அவற்றின் அமலாக்கம் சீர்குலைந்தது.

கடாஃபி பல்வேறு முன்முயற்சிகள் மூலம் அரபு மற்றும் ஆப்பிரிக்க கலாசார அடையாளத்தைப் புதுப்பிக்கவும் மேம்படுத்தவும் முயன்றார். அவர் கலாசார நிறுவனங்களில் முதலீடு செய்தார், சுதேச மொழிகளை ஊக்குவித்தார். அவரது பார்வையுடன் இணைந்த வரலாற்று விவரிப்புகளை ஊக்குவித்தார். இந்த முயற்சிகள் கலாசாரப் பாரம்பரியத்தைக் கொண்டாடுவதை நோக்கமாகக் கொண்டிருந்தாலும், அவை பெரும்பாலும் அரசியல் பிரச்சாரத்திற்காகக் கடாஃபியின் சூழ்ச்சிக்கு உட்படுத்தப்பட்டன. அவற்றின் நம்பகத்தன்மையையும் செயல்திறனையும் மட்டுப்படுத்தின.

பொருளாதாரத் துறையில் கடாஃபியின் முன்முயற்சிகள் தன்னிறைவு அடைவதையும், வெளிநாட்டு சக்திகளைச் சார்ந்திருப்பதைக் குறைப்பதையும் மையமாகக் கொண்டிருந்தன. லிபியாவின் வளங்கள் மீதான கட்டுப்பாட்டை மீண்டும் பெறுவதற்காக அவர் வெளிநாட்டுக்குச் சொந்தமான

சொத்துகளை, குறிப்பாக எண்ணெய் தொடர்பான சொத்துகளைத் தேசியமயமாக்கினார். இந்த முன்முயற்சி லிபியாவைப் பொருளாதார ரீதியாக வலுப்படுத்துவதை நோக்கமாகக் கொண்டிருந்தாலும், அரசுக் கட்டுப்பாட்டில் உள்ள தொழில்களில் தவறான நிர்வாகமும், ஊழலும் அதன் வெற்றியைத் தடுத்தன.

அனைத்து லிபியர்களுக்கும் இலவசக் கல்வி, சுகாதாரத்தை வழங்குவதற்கான கொள்கைகளைக் கடாஃபி செயல்படுத்தினார். இந்த முன்முயற்சி அத்தியாவசிய சேவைகளுக்கான அணுகலைக் கணிசமாக மேம்படுத்தியது. குறிப்பாகக் கிராமப்புறங்களில் இது வளர்ச்சியைத் தந்தது. இருப்பினும், கல்வி மற்றும் சுகாதாரத்தின் தரம் கேள்விக்குறியாகவே இருந்தது. கடாஃபியின் ஆட்சி கல்விப் பாடத்திட்டத்தின் மீது இறுக்கமான கட்டுப்பாட்டைத் தக்க வைத்துக் கொண்டது.

கடாஃபி தன்னை பெண்களின் உரிமைகளின் பாதுகாவலராகக் காட்டிக் கொண்டு, கல்வி, தொழிலாளர், ராணுவம் உள்ளிட்ட பல்வேறு துறைகளில் பெண்களின் பங்களிப்பை ஊக்குவிப்பதற்கான கொள்கைகளைச் செயல்படுத்தினார். ஓரளவு முன்னேற்றம் ஏற்பட்டாலும், இந்த முயற்சிகள் பெரும்பாலும் ஆட்சியின் அடக்குமுறை நடைமுறைகள் மற்றும் உண்மையான பாலினச் சமத்துவம் இல்லாமை ஆகியவற்றால் மறைக்கப்பட்டன.

அவரது நிதி பங்களிப்புகள், ஏகாதிபத்திய எதிர்ப்பு சொல்லாட்சி ஆகியவை ஆப்பிரிக்காவுக்கு அதிகாரமளிப்பதை நோக்கமாகக் கொண்டிருந்தன. இருப்பினும், மோதல்களில் அவரது ஈடுபாடு, பிற ஆப்பிரிக்க நாடுகளில் ஆயுத இயக்கங்களுக்கான ஆதரவு ஆகியவை அவரது உண்மையான நோக்கங்களைப் பற்றிய கவலைகளை எழுப்பின.

கடாஃபியின் முன்முயற்சிகளைச் செயல்படுத்துவது அவரது சர்வாதிகார ஆட்சியால் குறிக்கப்பட்டது. இது இந்தத் திட்டங்களின் செயல்திறனை மட்டுப்படுத்தி திட்டமிடப்படாத விளைவுகளுக்கு வழிவகுத்தது. சில முன்முயற்சிகள் உன்னதமான நோக்கங்களைக் கொண்டிருந்தாலும், அவற்றின் நிறைவேற்றம் மனித உரிமை மீறல்கள், வெளிப்படைத் தன்மையின்மை, மாற்றுக் கருத்துக்களை ஒடுக்குதல் ஆகியவற்றால் களங்கப்படுத்தப்பட்டது.

6. உலகளாவிய எதிர்ப்புக்கான காரணங்கள்

கடாஃபியின் ஆட்சி எதேச்சதிகாரம் மற்றும் அரசியல் கருத்து வேறுபாடுகளை ஒடுக்குதல் ஆகியவற்றால் வகைப்படுத்தப்பட்டது. அவர் ஊடகங்களை இறுக்கமாகக் கட்டுப்படுத்தினார். கருத்துச் சுதந்திரத்தைக் குறைத்தார். அவரது ஆட்சிக்கு எதிரான எந்தவொரு எதிர்ப்பையும் அடக்க ஒரு கண்காணிப்பு முறையை நிறுவினார். அரசியல் சுதந்திரமின்மை மற்றும் மனித உரிமை மீறல்கள் சர்வதேச சமூகத்தால் பரவலாக விமர்சிக்கப்பட்டு, கண்டிக்கப்பட்டன.

தன்னிச்சையான கைதுகள், சித்திரவதைகள், சட்டத்திற்குப் புறம்பான கொலைகள் உள்ளிட்ட மனித உரிமை மீறல்களுக்குக் கடாஃபியின் ஆட்சி இழிபுகழ் பெற்றது. அவரது ஆட்சியை எதிர்த்த அதிருப்தியாளர்கள், பத்திரிகையாளர்கள், செயற்பாட்டாளர்களை அவரது பாதுகாப்புப் படைகள் குறிவைத்தன. அபு சலீம் சிறைப் படுகொலை போன்ற நிகழ்வுகளால் எடுத்துக்காட்டப்பட்ட அவரது ஆட்சியின் காட்டுமிராண்டித்தனம் உலகளாவிய சீற்றத்தை ஈர்த்ததுடன், மனித உரிமைகளைப் பாதுகாக்கத் தலையீடு கோருவதற்கும் வழிவகுத்தது.

ஸ்காட்லாந்தின் லாக்கர்பி மீது 'பான்ம் விமானம்' 103 (Pan Am Flight 103) குண்டு வீசியதில் 270 பேர் கொல்லப்பட்டனர். இந்தச் சம்பவம் லிபியாவுக்கு எதிராகச் சர்வதேசப் பொருளாதாரத் தடைகளுக்கு வழிவகுத்தது. இத்தகைய நடவடிக்கைகள் கடாஃபியை உலக அரங்கில் ஒரு ஸ்திரமற்ற சக்தியாக உணரத் தூண்டின. கடாஃபியின் வெளியுறவுக் கொள்கை முடிவுகள் பெரும்பாலும் பிராந்தியத்தில் சர்ச்சையையும் நிலையற்ற தன்மையையும் தூண்டின. சாட், உகாண்டா போன்ற அண்டை நாடுகளில் அவரது ராணுவத் தலையீடுகள் இறையாண்மை மீதான புறக்கணிப்பு பற்றிய கவலைகளை எழுப்பின. பிற ஆப்பிரிக்க நாடுகளில் ஆயுத இயக்கங்களுக்கு அவர் அளித்த நிதி உதவியும் மோதல்களைத் தூண்டியதற்காக விமர்சனத்திற்கு உள்ளானது.

கடாஃபியின் சுயமாகத் திணிக்கப்பட்ட தனிமைப்படுத்தல் மற்றும் ஆளுமை வழிபாட்டு முறையை ஊக்குவித்தது அவரது உலகளாவிய தனிமைப்படுத்தலுக்குப் பங்களித்தது. அவரது விசித்திரமான தோற்றங்கள், நாடக உரைகள் 'புரட்சியின் சகோதரத் தலைவர் மற்றும் வழிகாட்டி' போன்ற சுய—பிரகடனப் பட்டங்கள் அவரைத் தொடர்பு இல்லாதவராகச் சித்தரித்தன. கடாஃபியின் நடவடிக்கைகள் சர்வதேச அமைதிக்கும் பாதுகாப்புக்கும் அச்சுறுத்தலாகக் கருதப்பட்டன. அவர் அணு ஆயுதங்களைத் தேடுவதும், சர்வதேச பயங்கரவாதத்தை ஆதரிப்பதும் மற்ற நாடுகளிடையே கவலையை ஏற்படுத்தியது. அவரது ஆட்சியின் ஸ்திரமற்ற செல்வாக்கிற்கான சாத்தியக்கூறுகள் அவரது நடவடிக்கைகளைக் குறைக்க உலக வல்லரசுகளிடையே ஒருமித்த கருத்துக்கு வழிவகுத்தன.

கடாஃபி தனது நடவடிக்கைகளுக்குப் பொறுப்பேற்க மறுத்தது சர்வதேசச் சமூகத்துடனான உறவை மேலும் சீர்குலைத்தது. லாக்கர்பி குண்டுவெடிப்பு போன்ற நிகழ்வுகள் குறித்த விசாரணைக்கு ஒத்துழைக்க அவர் விரும்பாததும், சர்வதேச விதிமுறைகளை அவர் புறக்கணித்ததும் அவரது பொறுப்பின்மை நிலைக்குப் பங்களித்தன. கடாஃபிக்கு எதிரான உலகின் எதிர்ப்பு அவரது சர்வாதிகார ஆட்சி, மனித உரிமை மீறல்கள், பயங்கரவாதத்திற்கான ஆதரவு, சர்ச்சைக்குரிய வெளியுறவுக் கொள்கை முடிவுகள் உள்ளிட்ட காரணிகளின் கலவையால் உந்தப்பட்டது.

அவரது நடவடிக்கைகள் மற்றும் முறைகள் உலகளாவிய அச்சத்தைத் தூண்டி, சர்வதேச அரங்கில் அவரை தனிமைப்படுத்த வழிவகுத்தன. கடாஃபியின் ஆட்சி

அதன் பாதுகாவலர்களைக் கொண்டிருந்தாலும், அவரது ஆட்சி ஸ்திரத்தன்மை, மனித உரிமைகள் மற்றும் சர்வதேச அமைதிக்கு அச்சுறுத்தலாகப் பரவலாகக் கருதப்பட்டது. இது அவரது தலைமைக்கு எதிராக ஒரு கூட்டு நிலைப்பாட்டிற்கு வழிவகுத்தது.

லிபியாவில் முஅம்மர் கடாஃபியின் ஆட்சிக்காலத்தில் பல்வேறு குற்றங்களும், மனித உரிமை மீறல்களும் அந்நாட்டிலும் அதன் மக்களிடமும் நீடித்த தாக்கத்தை ஏற்படுத்தின. மாற்றுக்கருத்துக்களைக் கொடூரமாக ஒடுக்குவது முதல் சர்வதேசப் பயங்கரவாதத்தை ஆதரிப்பது வரை அவரது ஆட்சியின் நடவடிக்கைகள் சர்வதேசச் சமூகத்தால் பரவலாகக் கண்டிக்கப்பட்டுள்ளன.

கடாஃபியின் ஆட்சி செய்த மிகக் கொடூரமான குற்றங்களில் ஒன்று பரவலான மனித உரிமை மீறல்கள் மற்றும் அரசியல் கருத்து வேறுபாடுகள் மீதான ஒடுக்குமுறை ஆகும். கடாஃபி ஊடகங்களை இறுக்கமாகக் கட்டுப்படுத்தினார். கருத்துச் சுதந்திரத்தைக் குறைத்தார். சுயாதீனமான ஊடகவியல் கிட்டத்தட்ட இல்லை, அரசாங்கத்தின் மீதான எந்தவொரு விமர்சனமும் கடுமையான பழிவாங்கல்களை எதிர்கொண்டது. ஆட்சிக்கு எதிராகப் பேசத் துணிந்த ஊடகவியலாளர்களும் எழுத்தாளர்களும் சிறைவாசம், சித்திரவதை அல்லது அதைவிட மோசமான நிலையை எதிர்கொண்டனர்.

அயர்லாந்து குடியரசு ராணுவம் (ஐ.ஆர்.ஏ) மற்றும் பல்வேறு பாலஸ்தீனக் குழுக்கள் உள்ளிட்ட பல்வேறு சர்வதேசப் பயங்கரவாத அமைப்புகளுக்குக் கடாஃபியின் ஆட்சி ஆதரவு அளித்தது. லிபியாவின் எல்லைகளுக்கு அப்பால் பயங்கரவாதத்திற்கான அவரது ஆதரவு விரிவடைந்தது மற்றும் உலகின் பல்வேறு பகுதிகளில் ஸ்திரமின்மைக்கும், வன்முறைக்கும் பங்களித்தது.

அவரது வீழ்ச்சிக்கு வழிவகுத்த உள்நாட்டு மோதல்களின் போது, கடாஃபியின் படைகளும் கிளர்ச்சிக் குழுக்களும் போர்க்குற்றங்கள் மற்றும் சர்வதேச மனிதாபிமானச் சட்டங்களை மீறியுள்ளன.பொதுமக்கள் மீது கண்மூடித்தனமான தாக்குதல்கள், சுருக்கமாக மரணதண்டனைகள் மற்றும் உரிய வயதில்லாத சிப்பாய்களைப் பயன்படுத்தியது முதலான செய்திகள் அதில் அடங்கியிருந்தன.

பெண்களின் உரிமைகளை மேம்படுத்துவதாகக் கூறிய போதிலும், கடாஃபியின் ஆட்சி பெண்களுக்கு எதிரான

வன்முறையை நிலைநிறுத்தியது. பாலியல் வன்முறைகள், கட்டாயக் காணாமல் போதல்கள் போன்ற பெண்களுக்கு எதிரான துஷ்பிரயோகங்கள் பற்றிய அறிக்கைகள் பரவலாக இருந்தன.

கடாஃபியின் ஆட்சி ஊழல் மற்றும் நாட்டின் வளங்களைத் தவறாக நிர்வகித்தது. அவர் பொருளாதார செழிப்புக்கு வாக்குறுதியளித்தாலும், அவரது ஆட்சி செல்வ விநியோகத்தில் பரந்த ஏற்றத்தாழ்வுகளைக் கண்டது. வளங்கள் பெரும்பாலும் அவரது உள் வட்டத்திற்கு மட்டுமே பயனளிக்கின்றன. கடாஃபியின் ஆட்சி தொடர்ச்சியான குற்றங்கள் மற்றும் மனித உரிமை மீறல்களால் சீர்குலைந்தது. இது நாட்டின் வரலாற்றில் ஒரு நீடித்த வடுவை விட்டுச்சென்றது. அவரது ஆட்சியின் கொடூரமான ஒடுக்குமுறை, பயங்கரவாதத்திற்கு ஆதரவு மற்றும் சர்வதேசச் சட்ட மீறல்கள் ஆகியவை துன்பங்கள் மற்றும் ஸ்திரமின்மையின் பாரம்பரியத்திற்கு பங்களித்தன.

கடாஃபியின் ஆதரவின் முக்கிய தூண்களில் ஒன்று பான்—ஆப்பிரிக்கவாதம் மற்றும் காலனித்துவ எதிர்ப்பு ஆகியவற்றிற்கான அவரது வாதமாகும். ஆப்பிரிக்க ஒற்றுமைக்காக கடாஃபி குரல் கொடுத்தார். இந்த லட்சியங்களைப் பகிர்ந்து கொண்ட பிற ஆப்பிரிக்கத் தலைவர்களுடன் தன்னை இணைத்துக் கொண்டார். மேற்கத்திய மேலாதிக்கத்திற்கு எதிராகப் போராடும் பல ஆப்பிரிக்க நாடுகளுக்கு நிதி உதவியும் ஆதரவையும் வழங்கி, ஆப்பிரிக்க இறையாண்மையின் பாதுகாவலராகவும், காலனித்துவ சுரண்டலுக்கு எதிரான எதிர்ப்பின் அடையாளமாகவும் தன்னைக் காட்டிக் கொண்டார்.

- ஆப்பிரிக்க விடுதலை இயக்கங்களுக்குக் கடாஃபியின் நிதி உதவி.
- ஆப்பிரிக்க ஒன்றியத்தை நிறுவுதல்.
- ஆப்பிரிக்க நாணய நிதியத்தை உருவாக்குவதற்கான முயற்சிகள்.

லிபியாவில் ஏராளமான எண்ணெய் இருப்புக்கள் இருந்தன. இது கடாஃபிக்குச் சர்வதேச விவகாரங்களில் குறிப்பிடத்தக்க செல்வாக்கை வழங்கியது. லிபிய எண்ணெய்யைச் சார்ந்திருந்த நாடுகளின் ஆதரவைப் பெறுவதற்கும் கூட்டணிகளை உருவாக்குவதற்கும் தனது நாட்டின் எண்ணெய் வளத்தைப் பயன்படுத்தினார். எண்ணெய் விலைகள் மற்றும்

விநியோகங்களில் கடாஃபியின் சூழ்ச்சி நிலையான எரிசக்தி ஆதாரங்களைத் தேடும் நாடுகளுடன் உறவுகளை வளர்க்க அனுமதித்தது.

மேற்கத்திய ஏகாதிபத்தியம் மற்றும் செல்வாக்கிற்கு எதிரான கடாஃபியின் வலுவான நிலைப்பாடு உலகின் பல பகுதிகளில் மேற்கத்திய எதிர்ப்பு உணர்வுடன் எதிரொலித்தது. மேற்கத்திய தலையீடுகளுக்கு அவரது எதிர்ப்பு, மேற்கத்திய சக்திகள் மீதான அவரது குரல் விமர்சனத்துடன் சேர்ந்து, மேற்கத்திய நோக்கங்கள் குறித்து சந்தேகம் கொண்ட தனிநபர்கள் மற்றும் குழுக்களிடமிருந்து ஆதரவைப் பெற்றது.

லிபியாவுக்குள், நாட்டின் எண்ணெய் வளத்தைப் பல்வேறு பழங்குடி மற்றும் பிராந்தியப் பிரிவுகளுக்குப் பகிர்ந்தளிப்பதன் மூலம் கடாஃபி ஆதரவைப் பெற முடிந்தது. தனது ஆதரவாளர்களுக்குப் பொருளாதார நன்மைகளை வழங்குவதன் மூலம், கடாஃபி அவர்களின் விசுவாசத்தை உறுதிப்படுத்தி கட்டுப்பாட்டைப் பராமரிக்க உதவும் ஓர் ஆதரவு அமைப்பை உருவாக்கினார். கடாஃபியின் ஆட்சி, சர்வாதிகாரமாக இருந்தாலும், லிபியாவில் ஓரளவு ஸ்திரத்தன்மையைக் கொண்டு வந்தது. லிபியா தோல்வியுற்ற நாடாக மாறுவதைத் தடுக்க கடாஃபியின் வலுவான தந்திரங்கள் அவசியம் என்று சிலர் வாதிட்டனர்.

எண்ணெய் ராஜதந்திரத்தை மேம்படுத்துவதன் மூலமும், மேற்கத்திய எதிர்ப்பு உணர்வுகளைத் தட்டி எழுப்புவதன் மூலமும், வளப் பகிர்வு மூலம் உள்நாட்டு விசுவாசத்தைப் பேணுவதன் மூலமும் சர்வதேச அரசியலை வழிநடத்துவதற்கான அவரது திறன் அதிகாரத்தில் அவரது நீண்ட ஆயுளுக்குப் பங்களித்தது. அவரது ஆட்சி சர்ச்சைகள், மனித உரிமை மீறல்களால் குறிக்கப்பட்டாலும், அவரது ஆதரவின் பின்னால் உள்ள உள்நோக்கங்களைப் புரிந்துகொள்வது உலகளாவிய அரசியலின் சிக்கல்களையும் நவீன உலகில் கூட்டணிகளை வடிவமைக்கும் காரணிகளையும் வெளிச்சம் போட்டுக் காட்டுகிறது.

கடாஃபியின் அரசியல் சித்தாந்தத்தைப் பரப்புவதிலும், மக்களிடையே விசுவாசத்தைப் பேணுவதிலும் அவரது குடும்ப உறுப்பினர்கள் முக்கியப் பங்கு வகித்தனர். அவர்கள் பெரும்பாலும் அரசாங்கத்தில் முக்கிய பதவிகளை வகித்தனர். கடாஃபியின் செய்திகளைப் பல்வேறு வழிகளில் பரப்புவதில் ஈடுபட்டனர். கடாஃபியின் மகன் சைஃப் அல்—இஸ்லாம்

கடாஃபி, ஆட்சிக்குள் ஒரு முக்கிய நபராக இருந்தார், கடாஃபியின் 'கிரீன் புக்கில்' கோடிட்டுக் காட்டப்பட்ட மூன்றாவது உலகளாவிய கோட்பாடு போன்ற கடாஃபியின் சித்தாந்த பார்வையை வெளிப்படுத்தியதற்காக அறியப்பட்டார். லிபியாவின் ராஜதந்திர ஈடுபாடுகளை வடிவமைப்பதிலும், ஆட்சியின் மிகவும் நவீன முகத்தைச் சர்வதேசச் சமூகத்திற்கு வழங்குவதிலும் அவர் ஒரு பங்கைக் கொண்டிருந்தார்.

ஆட்சியின் கட்டுப்பாட்டை உறுதிப்படுத்தவும், கருத்து வேறுபாடுகளை அடக்கவும் குடும்ப உறுப்பினர்கள் முக்கிய நிறுவனங்களில் வைக்கப்பட்டனர். இந்த அதிகார ஒருங்கிணைப்பு ஆட்சியின் பல்வேறு துறைகளில் கடாஃபியின் செல்வாக்கை விரிவுபடுத்தியது. கடாஃபியின் மகன் காமிஸ் கடாஃபி 32வது படைப்பிரிவை வழிநடத்தினார். இது ஒரு சக்திவாய்ந்த ராணுவப் பிரிவாகும். இது பலத்தின் மூலம் ஆட்சி கட்டுப்பாட்டைப் பராமரிப்பதில் முக்கியப் பங்கு வகித்தது. ஆட்சிக்கு அவர் காட்டிய விசுவாசம், எதிர்ப்பை ஒடுக்க ராணுவ பலத்தைப் பயன்படுத்துவதற்கான விருப்பம் ஆகியவை கடாஃபியின் ஆட்சிக்கான குடும்பத்தின் அர்ப்பணிப்பைக் காட்டியது.

கடாஃபியின் குடும்ப உறுப்பினர்கள் அரச ஊடகங்களை நிர்வகிப்பதில் தீவிரமாக ஈடுபட்டிருந்தனர். இது பொதுமக்களின் கண்ணோட்டத்தை வடிவமைப்பதிலும் ஆட்சியின் கதையைப் பராமரிப்பதிலும் முக்கியப் பங்கு வகித்தது. கடாஃபியின் மகள் ஆயிஷா கடாஃபி ஒரு வழக்கறிஞரும், தனது தந்தையின் ஆட்சிக்கு வெளிப்படையான வழக்கறிஞருமாவார். இவர் ஆட்சியின் நடவடிக்கைகளைப் பாதுகாக்கவும், சர்வதேச விமர்சனங்களைக் கண்டிக்கவும் ஓர் ஊடக ஆளுமை என்ற தனது நிலையைப் பயன்படுத்திக் கொண்டார். ஆட்சியின் முன்னோக்கைப் பரப்புவதற்கு அவர் பொது உரைகள், சர்வதேச நேர்காணல்கள் போன்ற தளங்களைப் பயன்படுத்தினார்.

கடாஃபியின் குடும்ப உறுப்பினர்கள் அவரைச் சுற்றியுள்ள ஆளுமை வழிபாட்டு முறையை உருவாக்குவதிலும் வளர்ப்பதிலும் பங்கெடுத்தனர். இது ஒரு வசீகரமான, தொலைநோக்குப் பார்வை கொண்ட தலைவராக அவரது பிம்பத்தை வலுப்படுத்தியது. கடாஃபியின் மனைவி சஃபியா ஃபர்காஷ், அதிகாரபூர்வ நிகழ்வுகளின் போது அவருடன் அவ்வப்போது தோன்றுவது, ஆட்சியின் மையத்தில் ஒரு வலுவான குடும்பப் பிரிவின் பிம்பத்தை வலுப்படுத்தியது.

பொது நிகழ்ச்சிகளில் அவரது இருப்பு கடாஃபியின் ஆட்சியை ஒரு ஒருங்கிணைந்த குடும்ப தலைமையிலான இயக்கமாகக் கருதுவதை அதிகரித்தது.

குடும்ப உறுப்பினர்கள் இராஜதந்திர முயற்சிகளில் ஈடுபட்டனர். கூட்டணிகளை வளர்த்தனர். ஆட்சியை ஆதரித்த வெளிநாட்டு தலைவர்களுடன் உறவுகளைப் பராமரித்தனர். முன்னாள் தொழில்முறை கால்பந்து வீரரான கடாஃபியின் மகன் சாடி கடாஃபி, லிபிய கால்பந்து சம்மேளனத்தின் தலைவராக நியமிக்கப்பட்டார். வெளிநாட்டுத் தலைவர்களுடன் உறவுகளை ஏற்படுத்தவும் பேச்சுவார்த்தைகளை எளிதாக்கவும் அவர் தனது தொடர்புகளைப் பயன்படுத்தினார்.

கடாஃபியின் குடும்ப உறுப்பினர்கள் அவரது ஆட்சியை ஆதரிப்பதில் கருத்தியல் பிரச்சாரம் முதல் ராணுவக் கட்டுப்பாடு, ராஜதந்திரம் வரை பல்வேறு பாத்திரங்களை வகித்தனர். ஆட்சியின் பல்வேறு அம்சங்களில் அவர்கள் தீவிரமாகப் பங்கேற்றது கடாஃபியின் அதிகாரத்தை உறுதிப்படுத்தவும், ஆட்சிக்குள் ஒரு தொடர்ச்சியான உணர்வை பராமரிக்கவும் உதவியது. உத்தியோக பூர்வப் பதவிகள், ஊடக ஈடுபாடுகள், ராஜதந்திர முயற்சிகள் ஆகியவற்றின் மூலம், அவர்கள் ஒரு வலுவான ஒன்றுபட்ட கடாஃபி தலைமையிலான ஆட்சியின் பிம்பத்திற்குப் பங்களித்தனர்.

குடும்பத்தை மையமாகக் கொண்ட இந்த அணுகுமுறை கடாஃபியின் கட்டுப்பாட்டை வலுப்படுத்தியது மட்டுமல்லாமல், சர்வாதிகார ஆட்சியின் சிக்கல்களையும் அதிகாரத்தில் தங்கள் பிடியைத் தக்க வைத்துக் கொள்ள ஓர் ஆளும் குடும்பம் எவ்வளவு தூரம் செல்ல முடியும் என்பதையும் வெளிப்படுத்தியது. மகிழ்ச்சியான வாழ்க்கை முறை குறித்த கடாஃபியின் பார்வைகளைப் பற்றி அவரது உரைகள், எழுத்துகள் மற்றும் செயல்களின் சான்றுகளின் வழியாக அறிய முடியும். கடாஃபியின் சித்தாந்தம் செல்வம் மற்றும் வளங்கள் மிகவும் சமமாக விநியோகிக்கப்படும் ஒரு சமூகத்தை உருவாக்குவதை மையமாகக் கொண்டது.

சமூகத்தின் அனைத்து உறுப்பினர்களுக்கும் அடிப்படைத் தேவைகளும், சேவைகளும் கிடைக்கும்போது மட்டுமே உண்மையான மகிழ்ச்சியை அடைய முடியும் என்று அவர் நம்பினார். வறுமையை ஒழிப்பதன் முக்கியத்துவத்தையும், நாட்டின் வளங்களிலிருந்து அனைவரும் பயனடைவதை உறுதி செய்வதன் முக்கியத்துவத்தையும் அவர் வலியுறுத்தினார்.

லிபிய மக்களுக்கு எண்ணெய் வருவாயை நேரடியாக விநியோகிக்க வேண்டும் என்றும் அவர்களின் வாழ்க்கைத் தரத்தை மேம்படுத்தச் செல்வத்தைப் பயன்படுத்த வேண்டும் என்றும் அவர் வாதிட்டார்.

மகிழ்ச்சியான வாழ்க்கை முறை என்பது முடிவெடுக்கும் செயல்முறைகளில் பங்கேற்பதுடன் நெருக்கமாகத் தொடர்புடையது என்று கடாஃபி நம்பினார். நேரடி ஜனநாயகம் மற்றும் குடிமக்கள் தங்கள் சொந்த வாழ்க்கையை வடிவமைப்பதில் பங்கு வகிக்கும் ஓர் அமைப்பு ஆகியவற்றை அவர் ஆதரித்தார். தனிநபர்களுக்கு அதிகாரமளிப்பதற்கான ஒரு வழியாகவும், அவர்களின் சொந்த நிர்வாகத்தில் அவர்களுக்குக் குரல் கொடுப்பதாகவும் அவர் இந்த அமைப்பைப் பார்த்தார்.

கடாஃபி தன்னிறைவு மற்றும் அன்னிய ஆதிக்கத்திலிருந்து சுதந்திரம் ஆகியவற்றுக்கு முக்கியத்துவம் அளித்தார். வெளிநாட்டுச் சக்திகளை சார்ந்திருப்பது ஒரு நாட்டின் முன்னேற்றத்தைத் தடுக்கும் அதன் குடிமக்களின் மகிழ்ச்சி உணர்வைக் குறைக்கும் என்று அவர் நம்பினார். கடாஃபியின் கொள்கைகள் தன்னிறைவை அடைவதை நோக்கமாகக் கொண்டிருந்தன. இதில் முக்கிய தொழில்களைத் தேசியமயமாக்குதல், உள்ளூர் விவசாயத்தை ஊக்குவித்தல் ஆகியவை அடங்கும். இந்த முயற்சிகள் தேசியப் பெருமையை அதிகரிப்பதற்கும் லிபிய மக்களிடையே தற்சார்பு உணர்வை உருவாக்குவதற்கும் ஒரு வழியாக அவர் கண்டார்.

மகிழ்ச்சியான வாழ்க்கை முறைக்கு கலாசாரப் பாரம்பரியம் மற்றும் பாரம்பரியத்தைத் தழுவுவது அவசியம் என்று கடாஃபி நம்பினார். உலகமயமாதலுக்கு மத்தியில் உள்ளூர் விழுமியங்களையும் பழக்கவழக்கங்களையும் பாதுகாப்பதன் முக்கியத்துவத்தை அவர் அவ்வப்போது வலியுறுத்தினார். பாரம்பரிய உடை, கட்டிடக்கலை மற்றும் பழக்கவழக்கங்களை மேம்படுத்துவதற்கான கடாஃபியின் முன்முயற்சிகள் லிபியாவின் கலாசார அடையாளத்தைப் பாதுகாப்பதை நோக்கமாகக் கொண்டிருந்தன. இந்த முயற்சிகளை அவர் மக்களிடையே சொந்த உணர்வையும் பெருமை உணர்வையும் வளர்ப்பதற்கான ஒரு வழியாகக் கண்டார்.

மேற்கத்திய முதலாளித்துவச் சமூகங்கள் மீதான கடாஃபியின் விமர்சனங்களும் நுகர்வு வாதத்தை நிராகரிப்பதற்கான அவரது அழைப்புகளும் எளிமையான, நிறைவான வாழ்க்கை

குறித்த அவரது பார்வையுடன் இணைந்திருந்தன. பொருள் உடைமைகளைவிட அர்த்தமுள்ள உறவுகள் மற்றும் சமூக நல்வாழ்வை மையமாகக் கொண்ட ஒரு வாழ்க்கை முறையை அவர் ஆதரித்தார்.

அவரது கருத்துக்கள் அவற்றின் அமலாக்கம், அவரது எதேச்சதிகார ஆட்சிக்காக அடிக்கடி விமர்சிக்கப்பட்டாலும் அவை மகிழ்ச்சி குறித்த ஒரு மாற்று கண்ணோட்டத்தைப் பற்றிய நுண்ணறிவுகளை வழங்குகின்றன. இது கூட்டு நல்வாழ்வு, கலாசாரப் பாதுகாப்பு மற்றும் தற்சார்பு ஆகியவற்றிற்கு முன்னுரிமை அளிக்கிறது. மகிழ்ச்சி குறித்த கடாஃபியின் கருத்துக்கள் அரசியல், கலாசாரம் மற்றும் தனிப்பட்ட நிறைவு ஆகியவற்றின் குறுக்கீட்டை ஆராய்வதற்கான ஒரு தனித்துவமான வழியாகச் செயல்படுகின்றன.

7. நவீன வரலாற்றில் ஒரு சிக்கலான தலைவர்

கடாஃபியின் வரையறுக்கப்பட்ட அம்சங்களில் ஒன்று மூன்றாம் உலகளாவிய கோட்பாடு எனப்படும் ஒரு தனித்துவமான அரசியல் சித்தாந்தத்தை உருவாக்கியது. சோசலிசம், தேசியவாதம், இஸ்லாம் ஆகியவற்றின் இந்த ஒருங்கிணைப்பு அவரது பசுமைப் புத்தகத்தில் வெளிப்படுத்தப்பட்டது, மேற்கத்திய முதலாளித்துவம், கம்யூனிசம் இரண்டிற்கும் ஒரு மாற்றீட்டை வழங்க முயன்றது. நாடற்ற, வர்க்கமற்ற சமூகத்திற்கான கடாஃபியின் பார்வையைப் பசுமை புத்தகம் கோடிட்டுக் காட்டியது. மக்கள் குழுக்கள் மூலம் நேரடி ஜனநாயகத்தை வலியுறுத்தியது. இந்தச் சித்தாந்தம் நிறுவப்பட்ட அரசியல் முன்னுதாரணங்களுக்குச் சவால் விடுத்து, அவரது வழக்கத்திற்கு மாறான சிந்தனையை வெளிப்படுத்தியது.

கடாஃபி பான்—ஆப்பிரிக்கவாதத்தின் ஆதரவாளராக இருந்தார். மேற்கத்திய மேலாதிக்கத்தை எதிர்கொள்ள ஆப்பிரிக்க நாடுகளிடையே அதிக ஒற்றுமையை நோக்கிப் பணியாற்றினார். விடுதலை இயக்கங்களுக்கு நிதி உதவி செய்து ஒன்றுபட்ட ஆப்பிரிக்க அடையாளத்தை உருவாக்க முனைந்தார். ஆப்பிரிக்க ஒன்றியத்தை நிறுவுவதில் கடாஃபியின் பங்கும், ஆப்பிரிக்க நாடுகளுக்கு நன்னீர் வழங்குவதை நோக்கமாகக் கொண்ட கிரேட் மேன்—மேட் ரிவர் போன்ற திட்டங்களுக்கு அவர் அளித்த ஆதரவும், கண்டத்தின் வளர்ச்சிக்கான அவரது உறுதிப்பாட்டை வெளிப்படுத்தியது.

கடாஃபியின் ஆட்சி அணுகுமுறை தனது மக்களுடன் நேரடி ஈடுபாட்டைக் கொண்டிருந்தது. பன்முகப்படுத்தப்பட்ட முடிவுகளை எடுப்பதன் முக்கியத்துவத்தை வலியுறுத்திய அவர், கொள்கைகளை வடிவமைப்பதில் குடிமக்களை ஈடுபடுத்த முயன்றார். பசுமைப் புத்தகத்தில் முன்மொழியப்பட்ட ஜமாஹிரியா முறை நேரடி ஜனநாயகத்திற்கான ஒரு புதுமையான முயற்சியாகும். மக்கள் குழுக்கள் உள்ளூர் மட்டத்தில் முடிவுகளை எடுக்கின்றன. இந்த நேரடி அணுகுமுறை பாரம்பரியத் தலைமைத்துவ மாதிரிகளிலிருந்து வேறுபட்டது.

பல்வேறு சர்வதேச மோதல்களில் மத்தியஸ்தராகக் கடாஃபியின் பங்கு உலக அரங்கில் ஈடுபடுவதற்கான அவரது விருப்பத்தை வெளிப்படுத்தியது. அவர் பெரும்பாலும் தன்னை ஒரு நடுநிலை நடுவராக நிலைநிறுத்தினார். பிராந்திய மோதல்களுக்குத் தீர்வு காண முயன்றார். 1980களில் பணயக்கைதிகளை விடுவிக்க வழிவகுத்த பேச்சுவார்த்தைகளில் அவரது பங்கு போன்ற ஆப்பிரிக்கா, மத்தியக் கிழக்கு மற்றும் அதற்கு அப்பால் மோதல்களுக்கு மத்தியஸ்தம் செய்வதில் கடாஃபியின் ஈடுபாடு, அவரது தனித்துவமான ராஜதந்திர அணுகுமுறையை எடுத்துக்காட்டுகிறது.

கடாஃபியின் விசித்திரமான தனிப்பட்ட பாணி, பயணத்தின் போது அவரது தனித்துவமான உடைகள், விரிவான கூடாரங்கள் உட்பட, அவரது தனித்துவத்திற்குப் பங்களித்தன. இந்தப் பண்புகள் அவரது தலைமைத்துவத்தின் அடையாளமாக மாறி உலகளாவிய கவனத்தை ஈர்த்தன. கடாஃபியின் விரிவான உடையலங்காரம், பெண் மெய்ப்பாதுகாவலர்களின் தனிப்பட்ட பாதுகாப்புப் படை, போன்றவை சர்வதேச அரங்குகளில் அவரது வழக்கத்திற்கு மாறான உரைகள் பரவலான ஊடக கவனத்தை ஈர்த்தன. முஅம்மர் கடாஃபியின் தனித்துவம் பாரம்பரிய விதிமுறைகளை மீறி மாறுபட்ட சித்தாந்தங்களையும் உத்திகளையும் ஒருங்கிணைக்கும் திறனில் உள்ளது.

அவரது பாரம்பரியம் சர்ச்சைகள் மற்றும் மனித உரிமை மீறல்களால் சிதைக்கப்பட்டாலும், அவரது தனித்துவமானது அவரது சிக்கலான தலைமைத்துவப் பாணியின் புதிரான அம்சமாக உள்ளது. லிபியாவிலும் உலகிலும் கடாஃபியின் தாக்கம் நவீன வரலாற்றை வடிவமைப்பதில் சித்தாந்தம், ராஜதந்திரம் தனிப்பட்ட கவர்ச்சி ஆகியவற்றுக்கு இடையிலான சிக்கலான இடைவினையைக் காட்டுகிறது.

லிபியாவின் முன்னாள் தலைவர் முஅம்மர் கடாஃபி, தனது அரசியல் தலைமைக்காக மட்டுமல்லாமல், பல்வேறு வணிக முயற்சிகளில் ஈடுபட்டதற்காகவும் அறியப்பட்டார். கடாஃபியின் மிக முக்கியமான வணிக முயற்சி சந்தேகத்திற்கு இடமின்றி எண்ணெய் மற்றும் எரிசக்தித் துறையில் இருந்தது. லிபியாவில் ஏராளமான எண்ணெய் வளங்கள் இருந்தன. கடாஃபி இந்த வளங்களின் மீது கட்டுப்பாட்டை உறுதிப்படுத்த நடவடிக்கை எடுத்தார். இது அவரது ஆட்சிக்குக் கணிசமான வருவாயை உறுதி செய்தது. கடாஃபி 1973ம் ஆண்டில் லிபியாவின் எண்ணெய் தொழிலைத் தேசியமயமாக்கினார். வெளிநாட்டு எண்ணெய் நிறுவனங்களை அரசின் கட்டுப்பாட்டின் கீழ்க் கொண்டு வந்தார். இந்த நடவடிக்கை அவருக்குச் சர்வதேச பேச்சுவார்த்தைகளில் செல்வாக்கை வழங்கியது. இது பல்வேறு நாடுகளுடன் சாதகமான எண்ணெய் ஒப்பந்தங்களைப் பெற அனுமதித்தது.

வங்கி, உள்கட்டமைப்பு, தொலைத்தொடர்பு உள்ளிட்ட பல்வேறு துறைகளில் கடாஃபி வெளிநாட்டு முதலீடுகளை மேற்கொண்டார். லிபியாவின் பொருளாதார எல்லையை விரிவுபடுத்துவதற்கும், பிற நாடுகளுடனான உறவுகளை வளர்ப்பதற்கும் வெளிநாட்டு நிறுவனங்களுடன் கூட்டாண்மையை அவர் நாடினார். வெளிநாடுகளில் முதலீடுகளை நிர்வகிக்க லிபிய அரபு வெளிநாட்டு முதலீட்டு நிறுவனத்தை (லாஃபிகோ) கடாஃபி நிறுவினார். இத்தாலிய ஏரோஸ்பேஸ் மற்றும் பாதுகாப்பு நிறுவனமான ஃபின்மெக்கானிகா போன்ற சர்வதேச நிறுவனங்களின் பங்குகளையும் அவர் வாங்கினார். இது வெளிநாட்டுச் சந்தைகளில் செல்வாக்குச் செலுத்த அனுமதித்தது.

லிபியாவின் வறண்ட நிலப்பரப்புகளை உற்பத்தி செய்யும் விவசாய நிலங்களாக மாற்றுவதை நோக்கமாகக் கொண்ட லட்சிய விவசாய நீர்த் திட்டங்களைக் கடாஃபியின் தலைமை உள்ளடக்கியது. இந்த முன்முயற்சிகள் பசுமையான, நிலையான பொருளாதாரம் குறித்த அவரது தொலைநோக்குப் பார்வையுடன் இணைந்திருந்தன. கடாஃபியின் முக்கிய முன்முயற்சிகளில் ஒன்றான கிரேட் மேன்—மேட் ரிவர் திட்டம், நிலத்தடி நீர்நிலைகளிலிருந்து நகர்ப்புற மையங்கள் மற்றும் விவசாயப் பகுதிகளுக்குத் தண்ணீரைக் கொண்டு செல்வதை நோக்கமாகக் கொண்டது. இந்தத் திட்டம் லிபியாவின் விவசாயத் திறனை மேம்படுத்துவதற்கான அவரது உறுதிப்பாட்டை நிரூபித்தது.

லிபிய அஞ்சல், தொலைத்தொடர்பு மற்றும் தகவல் தொழில்நுட்ப நிறுவனத்தில் (எல்.பி.டி.ஐ.சி) கடாஃபியின் அரசாங்கம் கணிசமான பங்குகளைக் கொண்டிருந்தது. இது ஊடக உள்ளடக்கத்தில் செல்வாக்குச் செலுத்தவும், தகவல்தொடர்பு வலையின் கட்டுப்பாட்டைப் பராமரிக்கவும் அவரை அனுமதித்தது. லிபியாவின் எண்ணெய் வருவாயைப் பயன்படுத்தி இறையாண்மை செல்வ நிதிகளை உருவாக்கினார் கடாஃபி, அவை உலகளவில் முதலீடு செய்யப்பட்டன. இந்த நிதிகள் லிபியாவின் வளர்ச்சி மற்றும் உள்கட்டமைப்பில் மறுமுதலீடு செய்யக்கூடிய வருவாயை உருவாக்குவதை நோக்கமாகக் கொண்டிருந்தன.

2006ம் ஆண்டில் நிறுவப்பட்ட லிபிய முதலீட்டு ஆணையம் (எல்.ஐ.ஏ) வெளிநாட்டில் நாட்டின் செல்வத்தை நிர்வகித்தது. கடாஃபியின் ஆட்சியில் சர்வதேச நிறுவனங்கள், ரியல் எஸ்டேட், நிதி நிறுவனங்களில் கணிசமான முதலீடுகள் இருந்தன. கடாஃபியின் வணிக முயற்சிகள் எண்ணெய், எரிசக்தி முதல் தொலைத்தொடர்பு, விவசாயம் வரையிலான பல்வேறு துறைகளை உள்ளடக்கியவை. இந்த முயற்சிகளை நிர்வகிப்பதற்கான அவரது உத்திகள் பன்முகத்தன்மை கொண்டவை, பெரும்பாலும் தேசியமயமாக்கல், வெளிநாட்டு முதலீடுகள், அரசு உரிமை ஆகியவை அடங்கும். கடாஃபியின் வணிக முயற்சிகள் அவரது அரசியல் இலக்குகளுடன் நெருக்கமாகப் பின்னிப் பிணைந்திருந்தன.

அதிகாரத்தை ஒருங்கிணைப்பதற்கும், வருவாயை ஈட்டுவதற்கும், அவரது சித்தாந்தங்களை முன்னெடுப்பதற்கும் கருவிகளாக செயல்பட்டன. இந்த முயற்சிகளில் சில பொருளாதாரத் தன்னிறைவை அடைவதை நோக்கமாகக் கொண்டிருந்தாலும், மற்றவை அவற்றின் வெளிப்படைத்தன்மையின்மை மற்றும் அவரது ஆட்சிக்கு அதிக நன்மை பயக்கும் என்ற கருத்து ஆகியவற்றால் விமர்சிக்கப்பட்டன. மொத்தத்தில், கடாஃபியின் வணிக நடவடிக்கைகள் அவரது பாரம்பரியத்தின் ஒரு சிக்கலான அம்சமாக உள்ளன. இது அவரது தலைமைத்துவத்தில் பொருளாதாரம், அரசியல் மற்றும் அதிகாரம் ஆகியவற்றுக்கு இடையிலான சிக்கலான தொடர்புகளை வெளிப்படுத்துகிறது.

1978 டிசம்பரில், கடாஃபி GPCயின் பொதுச் செயலாளர் பதவியிலிருந்து விலகினார், அரசாங்க நடவடிக்கைகளுக்குப் பதிலாகப் புரட்சிகர நடவடிக்கைகளில் கவனம் செலுத்துவதாக அறிவித்தார். இது புரட்சியின் எந்திரத்தை அரசாங்கத்திடம்

இருந்து பிரிக்கும் ஒரு பகுதியாகும். ஒரு முறையான அரசாங்க பதவியில் இல்லை என்றாலும், அவர் புரட்சியின் தலைவர் என்ற பட்டத்தை ஏற்றுக்கொண்டார். ஆயுதப்படைகளின் தளபதியாகத் தொடர்ந்தார்.

லிபியா சோசலிசத்தை நோக்கித் திரும்பத் தொடங்கியது. 1978 மார்ச்சில், அரசாங்கம் வீட்டு மறுபகிர்வுக்கான வழிகாட்டுதல்களை வெளியிட்டது, ஒவ்வொரு வயது வந்த லிபியனும் தங்களது வீட்டைச் சொந்தமாக வைத்திருப்பதை உறுதிசெய்ய முயன்றது. பெரும்பாலான குடும்பங்கள் ஒன்றுக்கு மேற்பட்ட வீடுகளை வைத்திருப்பதற்கு தடை விதிக்கப்பட்டது, அதே சமயம் முன்னாள் வாடகை சொத்துகள் அரசால் அபகரிக்கப்பட்டு குத்தகைதாரர்களுக்கு விற்கப்பட்டன. கடாஃபி பொதுத்துறையின் அதிகாரத்துவம் மற்றும் தனியார் துறையின் சர்வாதிகாரத்தை அகற்ற மக்கள் குழுக்களுக்கு அழைப்பு விடுத்தார். மக்கள் குழுக்கள் பல நூறு நிறுவனங்களின் கட்டுப்பாட்டை எடுத்து, அவற்றைத் தேர்ந்தெடுக்கப்பட்ட பிரதிநிதிகளால் நடத்தப்படும் தொழிலாளர் கூட்டுறவு நிறுவனங்களாக மாற்றியது.

வங்கிக் கணக்கில் ஆயிரம் தினார்க்கு மேல் உள்ள எவரும் கூடுதல் பணம் பறிக்கப்பட்டதைக் கண்டனர். தனியாருக்குச் சொந்தமான வணிகங்களுக்கு பதிலாக அரசு பல்பொருள் அங்காடிகள் அமைக்கப்பட்டன. இது நுகர்வோர் பொருட்கள் கிடைப்பதில் சரிவை ஏற்படுத்திக் கறுப்புச் சந்தையின் வளர்ச்சிக்கு வழிவகுத்தது. பெண்களின் பிரச்சினைகளில் சமூக சீர்திருத்தத்தின் மெதுவான வேகத்தால் கடாஃபி விரக்தியடைந்தார். 1979ல் படிப்படியாக லிபிய பொது மகளிர் கூட்டமைப்பிற்குப் பதிலாக ஒரு புரட்சிகரப் பெண்கள் அமைப்பைத் தொடங்கினார். திரிபோலியில் மகளிர் ராணுவ அகாடமியை நிறுவினார், அனைத்துப் பெண்களையும் பயிற்சியில் சேர ஊக்குவித்தார். இந்த நடவடிக்கை மிகவும் சர்ச்சைக்குரியதானது. இஸ்லாமிய அடிப்படைவாதிகளிடமிருந்து உள் எதிர்ப்புகள் வந்தன. பிப்ரவரி 1978ல், கடாஃபி தனது ராணுவ உளவுத்துறையின் தலைவர் அவரைக் கொல்லச் சதி செய்வதைக் கண்டுபிடித்தார்.

8. காட்சிப் பிரசாரமும் தேசிய அடையாளமும்

கடாஃபி தனது சித்தாந்தங்களையும் தனிப்பட்ட அடையாளத்தையும் வெளிப்படுத்த குறியீட்டைப் பயன்படுத்துவதில் திறமையானவர். அவர் பெரும்பாலும் அதிகாரம், எதிர்ப்பு, பான்—ஆப்பிரிக்கவாதம் ஆகியவற்றின் சின்னங்களைத் தனது உடைகள், அணிகலன்கள் மற்றும் அதிகாரபூர்வச் சின்னங்களில் ஒருங்கிணைத்தார். கடாஃபியின் ராணுவச் சீருடைகள் அவரது பதவி மற்றும் சாதனைகளைக் குறிக்கும் சின்னங்களால் அலங்கரிக்கப்பட்டிருந்தன.

அவர் பெரும்பாலும் கழுகு சின்னத்துடன் அலங்கரிக்கப்பட்ட பாரம்பரிய லிபிய தொப்பியை அணிந்திருந்தார். இது லிபிய ராணுவ வலிமையுடனான அவரது தொடர்பைப் பிரதிபலிக்கிறது. கடாஃபியின் அழகியல் விருப்பங்கள் கட்டடக்கலை வரை நீட்டிக்கப்பட்டன. அவர் நவீன லிபியா பற்றிய அவரது பார்வையைப் பிரதிபலிக்கும் பிரம்மாண்டமான கட்டமைப்புகளை உருவாக்க முயன்றார். அவரது கட்டடக்கலைத் திட்டங்கள் பெரும்பாலும் பெரிய அளவில் இருந்தது. லிபியாவின் முன்னேற்றத்தையும் தனித்துவத்தையும் வெளிப்படுத்துவதை நோக்கமாகக் கொண்டிருந்தன.

லிபியா முழுவதும் தண்ணீரைக் கொண்டு செல்வதற்கான குழாய்கள் மற்றும் நீர்த்தேக்கங்களின் பரந்த அமைப்பான கிரேட் மேன்—மேட் ரிவர் திட்டம், கடாஃபியின் லட்சியப் பார்வைக்கு ஒரு சான்றாகும். இந்தத் திட்டத்தைத் தண்ணீர்ப் பற்றாக்குறைக்கு ஒரு நடைமுறைத் தீர்வாக மட்டுமல்லாமல், லிபியாவின் தன்னிறைவின் அடையாளமாகவும் அவர் பார்த்தார். பொது இடங்கள் மற்றும் கட்டிடங்களின் வடிவமைப்பிலும் கடாஃபியின் அழகியல் செல்வாக்கைக் காணலாம். அவர் தனது அரசியல், கலாசார லட்சியங்களை உள்ளடக்கிய கட்டமைப்புகளை உருவாக்குவதை நோக்கமாகக் கொண்டிருந்தார். அதே நேரத்தில் ஒரு நீடித்த காட்சி தாக்கத்தை விட்டுச் சென்றார்.

‘கடாஃபி கோபுரம்’ என்றும் அழைக்கப்படும் திரிபோலியில் உள்ள மக்கள் மண்டபம் ஒரு சிறந்த எடுத்துக்காட்டு. கடாஃபியின் பெடோயின் பாரம்பரியம், பழங்குடி மதிப்புகள், ஒற்றுமைக்கு அவர் அளித்த முக்கியத்துவத்தைக் குறிக்கும் வகையில் இந்த அடையாள அமைப்பு ஒரு கூடாரத்தை ஒத்த வகையில் கட்டப்பட்டது. கடாஃபியின் அழகியல் தெரிவுகள் பெரும்பாலும் அவரது அரசியல் பிரச்சாரம் மற்றும் தேசிய அடையாளத்தை வடிவமைக்கும் முயற்சிகளுடன் இணைந்திருந்தன. அவரது படங்கள் லிபியர்களிடையே ஒற்றுமையை, வலிமை உணர்வைத் தூண்டுவதை நோக்கமாகக் கொண்டிருந்தன. பொது இடங்களில் பிரதானமாகக் காட்சிப்படுத்தப்படும் கடாஃபியின் உருவப்படங்கள், அவரை ஒரு வலுவான, தொலைநோக்குp பார்வை கொண்ட தலைவராகச் சித்தரித்தன.

கடாஃபியின் பொது உரைகள் பெரும்பாலும் அவரது எழுதப்படாத கருத்துக்களால் வகைப்படுத்தப்பட்டன. அவை அவரது நகைச்சுவை முகத்தை வெளிப்படுத்தின. பார்வையாளர்களுடன் ஈடுபடவும், தனது கருத்துக்களை மறக்க முடியாததாக மாற்றவும் அவர் அவ்வப்போது நகைச்சுவையைப் பயன்படுத்தினார். கடாஃபி தனது உரைகளில் அவ்வப்போது நகைச்சுவையான கருத்துக்களைக் கூறி கவனத்தை ஈர்த்தார். 2009ம் ஆண்டில் ஐக்கிய நாடுகள் சபையில் ஆற்றிய உரையின் போது, அவர் பாதுகாப்பு கவுன்சிலை ‘பயங்கரவாத கவுன்சில்’ என்று குறிப்பிட்டார். உலகளாவிய மோதல்களில் கவுன்சிலின் பங்கை விமர்சிக்க நையாண்டியைப் பயன்படுத்தினார்.

கடாஃபியின் ராஜதந்திரத் தொடர்புகளில் எப்போதாவது பாரம்பரிய ராஜதந்திர விதிமுறைகளை மீறும்

விளையாட்டுத்தனமான, நகைச்சுவையான சைகைகள் அடங்கும். இந்தச் செயல்கள் கவனத்தை ஈர்க்கவும் இலகுவான முறையில் ஒரு புள்ளியை உருவாக்கவும் வடிவமைக்கப்பட்டுள்ளன. 2009ம் ஆண்டில், ஐக்கிய நாடுகள் பொதுச் சபையில் கலந்து கொள்வதற்காக கடாஃபி சென்றபோது நியூ ஜெர்சியில் உள்ள புறநகர் எஸ்டேட் மைதானத்தில் பெடோயின் பாணியிலான கூடாரத்தை அமைத்தார். நகர்ப்புறத்தில் கூடாரம் அமைக்கும் இந்தச் செயல் அடையாளமாகவும் நகைச்சுவையாகவும் இருந்தது. ஊடகங்களின் கவனத்தை ஈர்த்து அவரது வழக்கத்திற்கு மாறான பாணியை அடிக்கோடிட்டுக் காட்டியது.

கடாஃபி பெரும்பாலும் நகைச்சுவையை வெளிப்படுத்துவதற்கும் அறிக்கைகளை வெளியிடுவதற்கும் தனது உடையைப் பயன்படுத்தினார். அவர் எதிர்பார்ப்புகளைச் சிதைக்கவும் சிந்தனையைத் தூண்டவும் வழக்கத்திற்கு மாறான ஆடைத் தேர்வுகளைப் பயன்படுத்தினார். பல சந்தர்ப்பங்களில், கடாஃபி பிரகாசமான வண்ண உடைகள், ஆடம்பரமான தலைக்கவசம், ராணுவச் சீருடைகள் போன்ற விசித்திரமான ஆடைகளில் தோன்றினார். இந்த ஆடைத் தேர்வுகள் தனிப்பட்ட வெளிப்பாட்டை நாடக உணர்வோடு இணைத்தன. அவரது செய்தியை வெளிப்படுத்த நகைச்சுவையைத் திறம்படப் பயன்படுத்தின.

கடாஃபியின் உரைகளில் பெரும்பாலும் மிகைப்படுத்தப்பட்ட அறிக்கைகள் மற்றும் சொல்லாட்சிச் சாதனங்கள் இருந்தன. அவை அவரது தகவல்தொடர்பு பாணியில் நகைச்சுவையின் கூறுகளைச் சேர்த்தன. அவர் தனது கருத்துக்களை வலியுறுத்தவும் தனது பார்வையாளர்களை மகிழ்விக்கவும் மிகைப்படுத்தலைப் பயன்படுத்தினார். கடாஃபி தனது திறமைகள், சாதனைகள் குறித்து பிரமாண்டமான கூற்றுக்களை முன்வைப்பதில் பெயர் பெற்றவர். அவரது உரைகளில், அவர் சில நேரங்களில் தனது செல்வாக்கை மிகைப்படுத்தினார் அல்லது விசித்திரமான கணிப்புகளைச் செய்தார். சிலர் நகைச்சுவையாக நாடகத்தனமாக விளக்கினர்.

கடாஃபி பெரும்பாலும் தனிப்பட்ட நிகழ்வுகளையும் கதைகளையும் தனது உரைகளில் இணைத்தார். இது அவரது பார்வையாளர்களுடன் மிகவும் தொடர்புடைய மட்டத்தில் இணைக்க அனுமதித்தது. இந்த நிகழ்வுகள் அவரது அதிகாரபூர்வப் பிம்பத்திற்கு ஒரு மனித தொடுதலைச் சேர்த்தன.

கடாஃபியின் உரைகள் சில நேரங்களில் அவரது குழந்தை பருவ நிகழ்வுகள் அல்லது தனிப்பட்ட அனுபவங்களில் இருந்தன. அவை நகைச்சுவையாகவும் இனிமையாகவும் இருந்தன. இந்தக் கதைகள் அவரது ஆளுமையைப் பற்றிய பல தகவல்களை வழங்கின. அவரது பார்வையாளர்களுடன் மிகவும் தனிப்பட்ட மட்டத்தில் இணைக்க அவரை அவை அனுமதித்தன.

விளையாட்டுத்தனமான ராஜதந்திரச் சைகைகள், நையாண்டி உடைகள், சொல்லாட்சி சாதனங்கள், தனிப்பட்ட நிகழ்வுகள் மூலம், பார்வையாளர்களை ஈடுபடுத்துவதற்கும், தனது கருத்துக்களை வெளிப்படுத்துவதற்கும், எதிர்பார்ப்புகளைச் சீர்குலைப்பதற்கும் நகைச்சுவையை ஒரு கருவியாகப் பயன்படுத்தினார். அவரது நகைச்சுவை கலவையான எதிர்வினைகளை எதிர்கொண்டாலும், அது அவரது பொது ஆளுமைக்கு ஒரு தனித்துவமான அம்சத்தைச் சேர்த்தது.

அவரது விமர்சனச் சிந்தனைத் திறன்கள் அவரை வழக்கத்திற்கு மாறான கோணங்களிலிருந்து தலைப்புகளை அணுகவும், நடைமுறையில் உள்ள விதிமுறைகளைச் சவால் செய்யவும், விவாதங்களைத் தூண்டவும் அனுமதித்தன. மக்கள் குழுக்கள் மூலம் நேரடி ஜனநாயகத்திற்கு ஆதரவாகப் பல கட்சி அமைப்புகளைக் கடாஃபி நிராகரித்தது நிறுவப்பட்ட அரசியல் விதிமுறைகளைச் சவால் செய்வதற்கும் நிர்வாகத்திற்கான மாற்று அணுகுமுறைகளை ஆராய்வதற்குமான தனது விருப்பத்தை வெளிப்படுத்தியது.

கடாஃபியின் விமர்சனச் சிந்தனை உலகளாவிய அரசியல், சர்வதேச உறவுகள் குறித்த அவரது பகுப்பாய்வு வரை நீட்டிக்கப்பட்டது. உலகளாவிய மோதல்கள், அதிகார இயக்கவியல் குறித்த வழக்கத்திற்கு மாறான முன்னோக்குகளை வழங்க அவர் தனது உரைகளைப் பயன்படுத்தினார். கடாஃபி தனது உரைகளில், மத்தியக் கிழக்கில் மேற்கத்திய தலையீடுகளை அடிக்கடி விமர்சித்தார். வரலாற்றுப் பின்னணியை முன்னிலைப்படுத்தினார். இந்த நடவடிக்கைகளின் பின்னால் உள்ள உள்நோக்கங்களைக் கேள்வி எழுப்பினார். அவரது ஆத்திரமூட்டும் அறிக்கைகள் மேலாதிக்கக் கதையாடல்களுக்குச் சவால் விடுவதையும் விமர்சன பகுப்பாய்வைத் தூண்டுவதையும் நோக்கமாகக் கொண்டிருந்தன.

கடாஃபியின் விமர்சனச் சிந்தனை ஆப்பிரிக்க ஐக்கியம், நவ—காலனித்துவத்திற்கு எதிரான எதிர்ப்பில் தெளிவாகத்

தெரிந்தது. வெளிப்புறச் செல்வாக்கை எதிர்கொள்வதற்கும் தற்சார்பை ஊக்குவிப்பதற்கும் ஒன்றுபட்ட ஆப்பிரிக்காவின் முக்கியத்துவத்தை அவர் அடையாளம் கண்டார். ஆப்பிரிக்க ஒன்றியத்தை ஸ்தாபிப்பதற்கான கடாஃபியின் முயற்சிகள் மற்றும் ஆப்பிரிக்க விடுதலை இயக்கங்களுக்கான அவரது நிதி ஆதரவு ஆகியவை ஆப்பிரிக்காவின் சவால்கள் குறித்த அவரது விமர்சன முன்னோக்கை நிரூபித்தன. பாரம்பரியச் சார்புநிலைகளிலிருந்து விடுபட்டு தன்னிறைவுக் கண்டத்தை உருவாக்க முயன்றார்.

கடாஃபியின் விமர்சனச் சிந்தனை பொருளாதார மாதிரிகள் மற்றும் கோட்பாடுகள் வரை நீண்டது. மேற்கத்திய வல்லரசுகளின் மீதான பொருளாதார சார்புநிலையிலிருந்து விடுபட்டு, வளங்களை மறுபகிர்வு செய்வதன் மூலம் தன்னிறைவை ஊக்குவிப்பதை அவர் நோக்கமாகக் கொண்டிருந்தார். தொழில்துறைகளை தேசியமயமாக்குவதற்கும், எண்ணெய் வருவாயை லிபிய குடிமக்களுக்கு நேரடியாகப் பயனளிப்பதற்கும் கடாஃபி வலியுறுத்தியது. சொத்து விநியோகத்தின் பாரம்பரிய மாதிரிக்குச் சவால் விடுத்தது. அவரது கொள்கைகள் விமர்சன ரீதியான பொருளாதாரப் பகுப்பாய்வு, நாட்டின் நிதி நிலப்பரப்பை மறுவடிவமைக்கும் விருப்பம் ஆகியவற்றில் வேரூன்றியிருந்தன.

கலாசார மேலாதிக்கத்தைச் சவால் செய்வதற்கும் லிபியாவின் கலாசார அடையாளத்தைப் பாதுகாப்பதற்கும் கடாஃபியின் விமர்சனச் சிந்தனை பிரதிபலித்தது. மேற்கத்திய ஊடகங்களின் செல்வாக்கை எதிர்கொள்வதையும் கலாசார நம்பகத்தன்மையை மேம்படுத்துவதையும் அவர் நோக்கமாகக் கொண்டிருந்தார். லிபிய தேசியத் தொலைக்காட்சி சேனலை நிறுவுதல், பாரம்பரிய ஆடை, கட்டடக்கலையை மேம்படுத்துவதற்கான முயற்சிகள் போன்ற கலாசார முன்முயற்சிகளுக்குக் கடாஃபியின் ஆதரவு, கலாசாரப் பன்முகத்தன்மையில் உலகமயமாக்கலின் தாக்கம் குறித்த அவரது விமர்சன பிரதிபலிப்பை நிரூபித்தது.

கடாஃபியின் விமர்சனச் சிந்தனை உணர்வு அவரது தலைமையின் வரையறுக்கும் அம்சமாக இருந்தது. இது விதிமுறைகளைச் சவால் செய்யும் திறன், நிறுவப்பட்ட கதையாடல்களைக் கேள்விக்குள்ளாக்குதல், மாற்று முன்னோக்குகளை வழங்குதல் ஆகியவற்றால் வகைப்படுத்தப்பட்டது. தனது கருத்தியல் கட்டமைப்பு, புவிசார் அரசியல் பகுப்பாய்வுகள், ஆப்பிரிக்க ஒற்றுமைக்கான வக்காலத்து, பொருளாதாரக் கொள்கைகள்,

கலாசார அடையாளத்தைப் பாதுகாத்தல் ஆகியவற்றின் மூலம், கடாஃபி தலைமைத்துவத்திற்குச் சிந்தனையைத் தூண்டும் அணுகுமுறையை வெளிப்படுத்தினார்.

அவரது விமர்சனச் சிந்தனை பெரும்பாலும் சர்ச்சைக்கு வழிவகுத்தாலும், இது தற்போதைய நிலையைச் சவால் செய்வதிலும், வழக்கமான எல்லைகளுக்கு அப்பாற்பட்ட விவாதங்களை வளர்ப்பதிலும் அவரது உறுதிப்பாட்டை எடுத்துக்காட்டியது. ஒரு விமர்சனச் சிந்தனையாளராக கடாஃபியின் பாரம்பரியம் திறந்த மனத்துடன் பகுப்பாய்வின் முக்கியத்துவத்தையும், சிக்கலான பிரச்சினைகள் குறித்த உலகின் புரிதலை மறுவடிவமைக்க வழக்கத்திற்கு மாறான யோசனைகளின் திறனையும் நினைவூட்டுகிறது.

லிபியாவின் நகர்ப்புற நிலப்பரப்பை மறுவரையறை செய்வதையும், முன்னேற்றம் தற்சார்பு குறித்த அவரது பார்வையை மேம்படுத்துவதையும் நோக்கமாகக் கொண்ட அவரது லட்சியக் கட்டடக்கலைத் திட்டங்களில் கடாஃபியின் படைப்பாற்றல் உணர்வு தெளிவாகத் தெரிந்தது. லிபியாவின் பாரம்பரியத்தைப் பாதுகாத்துப் புதுப்பிப்பதை நோக்கமாகக் கொண்ட கலாசார முன்முயற்சிகளுக்குக் கடாஃபியின் படைப்பாற்றல் விரிவடைந்தது. நாட்டின் தனித்துவமான அடையாளத்தைப் பராமரிக்க பாரம்பரிய ஆடைகள், கட்டடக்கலை மற்றும் கலையின் முக்கியத்துவத்தை அவர் ஊக்குவித்தார்.

ரோமானிய நகரமான லெப்டிஸ் மாக்னா போன்ற வரலாற்று தளங்களை மீட்டெடுப்பதற்கும் பாதுகாப்பதற்கும் கடாஃபி திட்டங்களை ஆதரித்தார். அவரது முயற்சிகள் லிபியாவின் வளமான கலாசார வரலாற்றை வெளிப்படுத்துவதை நோக்கமாகக் கொண்டிருந்தன. அதே நேரத்தில் தேசியப் பெருமை உணர்வை வளர்ப்பதையும் நோக்கமாகக் கொண்டிருந்தன.

தன்னிறைவை அடைவதற்கும், எண்ணெய் ஏற்றுமதியைச் சார்ந்திருப்பதைக் குறைப்பதற்கும் ஒரு வழிமுறையாகப் புதுப்பிக்கத்தக்க எரிசக்தி ஆதாரங்களை ஊக்குவிப்பதில் கடாஃபியின் படைப்பு மனப்பான்மை விரிவடைந்தது. லிபியாவின் ஏராளமான இயற்கை வளங்களைப் பயன்படுத்தச் சூரிய சக்தி மற்றும் காற்றாலை மின் திட்டங்களில் கடாஃபி முதலீடு செய்தார். அவரது முயற்சிகள் நாட்டின்

எரிசக்தித் துறையைப் பன்முகப்படுத்துவதையும், நிலையான வளர்ச்சிக்கான அடித்தளத்தை நிறுவுவதையும் நோக்கமாகக் கொண்டிருந்தன.

ஆப்பிரிக்க ஒற்றுமை மற்றும் தற்சார்புத் தேடலில் கடாஃபியின் ஆக்கபூர்வமானச் சிந்தனை தெளிவாகத் தெரிந்தது. சவால்களை எதிர்கொள்வதற்கும் அதன் வளங்களைப் பயன்படுத்துவதற்கும் ஒத்துழைக்கும் ஒரு ஐக்கிய ஆப்பிரிக்காவை அவர் கற்பனை செய்தார். ஆப்பிரிக்க நாடுகளிடையே ஒத்துழைப்பை வளர்ப்பதை நோக்கமாகக் கொண்ட ஆப்பிரிக்க ஒன்றியத்தை (ஏயு) கடாஃபி நிறுவினார். ஆப்பிரிக்க மத்திய வங்கி, ஆப்பிரிக்க நாணயத்திற்கான அவரது முன்மொழிவு பொருளாதார, நிதி சவால்களை எதிர்கொள்வதற்கான அவரது ஆக்கபூர்வமான அணுகுமுறையை எடுத்துக்காட்டியது.

லட்சியக் கட்டடக்கலை திட்டங்கள் முதல் கலாசாரப் பாதுகாப்பு முயற்சிகள், மாற்று அரசியல் சித்தாந்தங்கள், புதுப்பிக்கத்தக்க எரிசக்தி மேம்பாடு, ஆப்பிரிக்க ஒற்றுமை முன்முயற்சிகள் வரை, கடாஃபியின் ஆக்கபூர்வமான சிந்தனை தேசத்திலும் அதன் பாதையிலும் அழிக்க முடியாத முத்திரையை விட்டுச் சென்றது. அவரது சில யோசனைகள் சந்தேகங்களை எதிர்கொண்டாலும் அல்லது செயல்படுத்துவதில் சவால்களை எதிர்கொண்டாலும், எல்லாவற்றையும் தாண்டிச் சிந்திக்கவும் வழக்கத்திற்கு மாறான தீர்வுகளைத் தொடரவும் அவரால் முடிந்தது.

9. கடாஃபியின் தேசியவாதமும் அடையாளமும்

1980களின் பிற்பகுதியில் லிபியாவில் பொருளாதாரச் சீர்திருத்தங்கள் எண்ணெய் வருவாயில் ஏற்பட்ட சரிவைச் சமாளிக்க வடிவமைக்கப்பட்டன. இது தொழில் மற்றும் விவசாயத்தில் சீர்திருத்தங்களுடன் தொடங்கியது. சிறு வணிகம் மீண்டும் திறக்கப்பட்டது. புரட்சிகர குழுக்களின் நடவடிக்கைகளில் கட்டுப்பாடுகள் விதிக்கப்பட்டன. அவர்களின் வன்முறை மற்றும் நீதித்துறைப் பங்கைக் கட்டுப்படுத்துவதற்காக, புதிதாக உருவாக்கப்பட்ட புரட்சிகரத் தலைமைத்துவத்திற்கான அமைச்சகத்தால் அவர்களது பங்கு குறைக்கப்பட்டது.கடாஃபி அவர்களைப் பகிரங்கமாக விமர்சித்தார். நூற்றுக்கணக்கான அரசியல் கைதிகள் விடுவிக்கப்பட்டனர்.

லிபியாவில் அரசியல் கைதிகள் யாரும் இல்லை என்று கடாஃபி பொய்யாகக் கூறினார். லிபியாவின் அரசாங்கம் மனித உரிமைகள் குறித்த மாபெரும் பசுமை சாசனத்தை வெளியிட்டது, அதில் லிபியாவில் மனித உரிமைகளின் நிலைமையை மேம்படுத்துவதற்கான இலக்குகள், உரிமைகள், உத்தரவாதங்களை வகுத்தது, மரண தண்டனையின் பயன்பாட்டைக் கட்டுப்படுத்தியது. காலனித்துவம் மற்றும் ஏகாதிபத்தியத்திற்கு எதிராகப் போராடிய உலகப் பிரமுகர்களுக்கு வழங்கப்படும் அல்—கடாஃபி சர்வதேச மனித உரிமைகளுக்கான பரிசு நெல்சன் மண்டேலாவுக்கு வழங்கப்பட்டது. பொருளாதாரத்துறையில் ஊழலைக் குறைக்க அரசாங்கம் தூய்மைப்படுத்தும் குழுக்களைத் தொடங்கியது.

கடாஃபி ராணுவம் மற்றும் காவல்துறைக்குப் பதிலாக போராளிக்குழுவை உருவாக்குவதாக அறிவித்தார். 1987ம் ஆண்டில், லிபியா இரசாயன ஆயுதங்கள் வைத்திருப்பதை மறுத்தாலும், அணு ஆயுதங்களை உருவாக்கும் முயற்சியில் தோல்வியடைந்தது. கடாஃபிக்கு எதிரான பல படுகொலை முயற்சிகள் முறியடிக்கப்பட்டன, அதையொட்டி பாதுகாப்புப் படைகள் எதிர்ப்புரட்சி பிரசங்கத்தின் மையங்களாக நம்பப்படும் மசூதிகளைச் சோதனையிட்டன. இஸ்லாமியர்கள் பெங்காசியில் ஒரு கிளர்ச்சியைத் தொடங்கினர். 1996ல் திரிபோலியில் கடாஃபிஸ்ட் எதிர்ப்பு கால்பந்து கலவரம் வெடித்தது. இந்த இஸ்லாமியர்களை எதிர்த்துப் போராட புரட்சிக் குழுக்கள் மீண்டும் எழுச்சி பெற்றன.

கடாஃபி மவுரித்தேனியா, மொராக்கோ, துனிசியா, அல்ஜீரியாவுடன் பொருளாதார உடன்படிக்கையில் லிபியாவை ஒருங்கிணைத்தார், அதை புதிய பான்—அரபு ஒன்றியத்தின் தொடக்கமாகக் கருதினார். இதற்கிடையில், தற்காலிக ஐஆர்ஏ போன்ற மேற்கத்திய எதிர்ப்பு போராளிகளுக்கு லிபியா தனது ஆதரவை அதிகரித்தது. மேலும் 1988ல், ஸ்காட்லாந்தில் உள்ள லாக்கர்பி மீது பான் ஆம் ஃப்ளைட் 103 தகர்க்கப்பட்டது, இதில் 243 பயணிகள், 16 பணியாளர்கள் மற்றும் 11 பேர் கொல்லப்பட்டனர். பிரிட்டிஷ் போலீஸ் விசாரணைகள் இரண்டு லிபியர்களைச் சந்தேகப்படும் நபர்களாக அடையாளம் கண்டனர். லிபியா அவர்களை ஒப்படைக்கக் கோரும் ஓர் அறிவிப்பை வெளியிட்டது. லிபியாவிற்கு எதிராகப் பொருளாதாரத் தடைகளை ஆரம்பித்தது, இது நாட்டின் பொருளாதாரத்தில் ஆழமான விளைவுகளை ஏற்படுத்தியது. இதன் விளைவாக நாடு மதிப்பிடப்பட்ட நிதி இழப்பைச் சந்தித்தது. ஜனவரி 1989ல், இரண்டு லிபிய போர் விமானங்கள் லிபிய கடற்கரையில் அமெரிக்காவால் சுட்டு வீழ்த்தப்பட்ட சம்பவத்தால் மேற்கு நாடுகளுடனான உறவில் சிக்கல்கள் எழுந்தன.

அரபு, ஆப்பிரிக்க நாடுகள் ஐ.நா. தடைகளை எதிர்த்தன, 1997ம் ஆண்டு அக்டோபர் மாதம் லிபியாவுக்கு வருகை தந்த மண்டேலா, நிறவெறிக்கு எதிராக கடாஃபியின் பணியைப் பாராட்டினார். தனிப்பட்ட முறையில், குண்டுவெடிப்பை யார் செய்தார்கள் என்பது பற்றி தனக்கு எதுவும் தெரியாது என்றும் லிபியாவிற்கும் அதற்கும் எந்தத் தொடர்பும் இல்லை என்றும் கடாஃபி கூறினார். 20ம் நூற்றாண்டின் இறுதியில், கடாஃபி அவரது பான்—அரபு

கொள்கைகளின் தோல்வியால் விரக்தியடைந்தார். அரபு தேசியவாதத்தை பான்—ஆப்பிரிக்கவாதத்திற்கு ஆதரவாக நிராகரித்து, லிபியாவின் ஆப்பிரிக்க அடையாளத்தை வலியுறுத்தினார். கடாஃபி தனது வலுவான தேசபக்தி மற்றும் தேசியவாத உணர்விற்காகப் பரவலாக அங்கீகரிக்கப்பட்டார். லிபிய அடையாளத்தை மேம்படுத்துவதற்கும், தேசிய இறையாண்மையை உறுதிப்படுத்துவதற்கும், வெளிநாட்டுச் செல்வாக்கை எதிர்ப்பதற்கும் அவரது தலைமை முயற்சிகளால் குறிக்கப்பட்டது.

லிபிய கலாசாரம், வரலாறு மற்றும் பாரம்பரியங்களைப் பாதுகாத்து ஊக்குவிப்பதில் கடாஃபியின் தேசபக்தி உணர்வு தெளிவாகத் தெரிந்தது. தேசிய அடையாளத்தை வலுப்படுத்துவதற்கான ஒரு வழிமுறையாகக் கலாசாரப் பாதுகாப்பை அவர் பார்த்தார். பண்டைய ரோமானிய நகரமான லெப்டிஸ் மேக்னா போன்ற வரலாற்றுத் தளங்களை மீட்டெடுப்பதற்கான முன்முயற்சிகளைக் கடாஃபி ஆதரித்தார், லிபியாவின் வளமான கலாசாரப் பாரம்பரியத்தைப் பாதுகாப்பதற்கும் தேசியப் பெருமையை ஊக்குவிப்பதற்கும் தனது உறுதிப்பாட்டை வெளிப்படுத்தினார்.

கடாஃபியின் தேசபக்தி லிபியாவைத் தாண்டி ஒரு பரந்த அரபு அடையாளத்தை உள்ளடக்கியது. அரபு ஒற்றுமைக்காக குரல் கொடுத்த அவர், வெளிப்புற அழுத்தங்களை எதிர்கொள்ள அரபு நாடுகளுக்கு இடையிலான உறவுகளை வலுப்படுத்த முயன்றார். கடாஃபி ஓர் ஒருங்கிணைந்த அரசியல் மற்றும் பொருளாதார அணியாகச் செயல்படும் ஓர் அரபு லீக் என்ற கருத்தை ஆதரித்தார். அரபு ஒற்றுமைக்கான அவரது அழைப்புகள் அரபு உலகின் நலன்களைப் பாதுகாப்பதற்கான அவரது உறுதிப்பாட்டைப் பிரதிபலித்தன.

வெளிநாட்டு தலையீட்டை எதிர்த்ததில் கடாஃபியின் தேசபக்தி தெளிவாகத் தெரிந்தது. லிபியாவை ஓர் இறையாண்மை கொண்ட நாடாக அவர் கருதினார். அது வெளிப்புறத் தலையீடு இல்லாமல் அதன் தலைவிதியைத் தீர்மானிக்க வேண்டும். 2003 ஈராக் போரைக் கண்டித்தது உட்பட மத்தியக் கிழக்கில் மேற்கத்திய ராணுவத் தலையீடுகளுக்குக் கடாஃபியின் வலுவான எதிர்ப்பு, லிபியாவின் இறையாண்மையைப் பாதுகாப்பதற்கும் வெளிநாட்டு ஆக்கிரமிப்பை எதிர்ப்பதற்கும் அவரது அர்ப்பணிப்பை அடிக்கோடிட்டுக் காட்டியது. கடாஃபியின் தேசபக்தி உணர்வு ஆப்பிரிக்க ஒற்றுமை மற்றும்

தன்னிறைவு பெறுவதற்கான அவரது தேடலில் விரிவடைந்தது. ஆப்பிரிக்கா தன்னிச்சையாக நிற்கும் திறனை அவர் நம்பினார். வெளி சக்திகளைச் சார்ந்திருப்பதைக் குறைக்க முயன்றார்.

கடாஃபியின் தேசபக்தி உலகமயமாக்கலால் கொண்டுவரப்பட்ட கலாசார ஒருமைப்பாட்டை எதிர்க்கும் முயற்சிகளுடன் பின்னிப் பிணைந்தது. வெளிப்புற தாக்கங்களுக்கு மத்தியில் லிபியாவின் தனித்துவமான கலாசார அடையாளத்தை, பராமரிப்பதை அவர் நோக்கமாகக் கொண்டிருந்தார். பாரம்பரிய உடைகள், கட்டடக்கலை மற்றும் பழக்கவழக்கங்களுக்குக் கடாஃபியின் வக்காலத்து மேற்கத்திய கலாசாரத்தின் ஆதிக்கத்திற்கு எதிரான கலாசார எதிர்ப்பின் ஒரு வடிவமாகும். லிபிய கலாசாரக் கூறுகளுக்கு அவர் அளித்த ஆதரவு நாட்டின் தனித்துவமான அடையாளத்தைப் பாதுகாப்பதில் அவரது தேசபக்தி அர்ப்பணிப்பைக் காட்டியது.

முஅம்மர் கடாஃபியின் தேசபக்தி உணர்வு அவரது தலைமைத்துவத்தில் ஆழமாக வேரூன்றியிருந்தது. அவரது கொள்கைகள், நடவடிக்கைகள் மற்றும் முன்முயற்சிகளை வடிவமைத்தது. லிபிய கலாசாரத்தை ஊக்குவித்தல், அரபு ஒற்றுமைக்காக வாதாடுதல், வெளிநாட்டுத் தலையீட்டை எதிர்த்தல், ஆப்பிரிக்கத் தன்னிறைவை ஆதரித்தல் மற்றும் தேசிய அடையாளத்தைப் பாதுகாத்தல் ஆகியவற்றில் அவரது அர்ப்பணிப்பு லிபியாவின் இறையாண்மை மற்றும் ஒருமைப்பாட்டிற்கான அவரது அசைக்க முடியாத அர்ப்பணிப்பை எடுத்துக்காட்டுகிறது. கடாஃபியின் தேசபக்தி வெளிப்பாடுகள் அவற்றின் வரலாறு, கலாசாரம் மற்றும் சுதந்திரமான முடிவுகளை எடுப்பதில் வேரூன்றிய நாடுகளின் வலிமையின் மீதான அவரது நம்பிக்கைக்கு ஒரு சான்றாகச் செயல்படுகின்றன.

அவரது உளவியல் தந்திரங்களைப் பயன்படுத்துவது அவரது அதிகாரத்தை வலுப்படுத்தவும், நடத்தையில் செல்வாக்குச் செலுத்தவும், அவரது அரசியல் நோக்கங்களை அடையவும் நோக்கமாகக் கொண்டது. கடாஃபியின் உளவியல் அணுகுமுறை, அதை அவர் பல்வேறு உத்திகள் மூலம் எவ்வாறு வெளிப்படுத்தினார் என்பதைப் பற்றியும் அவரது புலனுணர்வு மற்றும் அதிகாரத்தைக் கையாளுவதை வெளிச்சம் போட்டுக் காட்டும் எடுத்துக்காட்டுகளைத் தொகுத்தும் இங்குக் காண்போம்.

கடாஃபியின் உளவியல் அணுகுமுறை அவரை ஒரு சக்திவாய்ந்த மற்றும் அதிகாரபூர்வ நபராக முன்னிறுத்தும் ஆளுமை வழிபாட்டை வளர்ப்பதைச் சுற்றி இருந்தது. பொதுமக்களின் பார்வையில் செல்வாக்குச் செலுத்துவதற்காக வலிமை மற்றும் மேலாதிக்கத்தின் பிம்பத்தை அவர் திறமையாக முன்வைத்தார். விரிவான ராணுவச் சீருடைகள் மற்றும் பாரம்பரிய உடைகள் உட்பட கடாஃபியின் தனித்துவமான உடை அவரது தனித்துவமான ஆளுமைக்குப் பங்களித்தது. அவரது அலமாரி தேர்வுகள் அதிகாரத்தை வெளிப்படுத்தவும் கவனத்தை ஈர்க்கவும் கவனமாக வடிவமைக்கப்பட்டன. இது அவர் விரும்பிய பிம்பத்தை வலுப்படுத்தியது.

கடாஃபி பொதுமக்களின் கருத்தை வடிவமைக்கவும் கட்டுப்பாட்டை பராமரிக்கவும் பிரச்சாரம் மற்றும் சொல்லாட்சியைப் பயன்படுத்தினார். அவர் தனது செய்திகளைப் பரப்புவதற்கும் தனது சித்தாந்தத்தை வலுப்படுத்துவதற்கும் ஊடகங்கள், தகவல்தொடர்பு போன்ற அலைவரிசைகளைப் பயன்படுத்தினார். கடாஃபியின் உரைகள் பெரும்பாலும் வலுவான, உணர்ச்சிகரமான மொழியைக் கொண்டிருந்தன. இது பார்வையாளர்களிடமிருந்து உணர்ச்சிபூர்வமான பதில்களைத் தூண்டுவதற்காக வடிவமைக்கப்பட்டது. அவரது சொல்லாட்சி, பிரச்சாரத்தைப் பயன்படுத்துவது ஆதரவை உறுதிப்படுத்தவும், அவரை ஒரு வசீகரமான தலைவராகச் சித்தரிக்கவும் நோக்கமாகக் கொண்டது.

கடாஃபியின் உளவியல் அணுகுமுறையில் ஊடகங்கள் மீதான இறுக்கமான கட்டுப்பாடு அடங்கும். எதிரெதிர் கண்ணோட்டங்களுக்கு வெளிப்படுவதைக் குறைத்து, சாதகமான கதையாடலைப் பேணுவதை அவர் நோக்கமாகக் கொண்டிருந்தார். கடாஃபியின் அரசாங்கம் அரசு ஊடகங்களைக் கட்டுப்படுத்தியது. அவரது சித்தாந்தத்துடன் இணைந்த செய்திகள் மட்டுமே ஒளிபரப்பப்படுவதை உறுதி செய்தது. தகவல்களின் மீதான இந்தக் கட்டுப்பாடு பொதுமக்களின் கருத்தை வடிவமைக்கவும், மாற்றுக்கருத்தை அடக்கவும் அவரை அனுமதித்தது.

கடாஃபியின் உளவியல் அணுகுமுறையும் பயத்தையும், கட்டுப்பாட்டைப் பேணுவதற்கான நிர்ப்பந்தத்தையும் சார்ந்திருந்தது. எதிர்ப்பையும் எதிர்ப்பையும் ஊக்கப்படுத்த அவர் அச்சுறுத்தல் உத்திகளைப் பயன்படுத்தினார்.

கடாஃபியின் பரந்த பாதுகாப்பு எந்திரம், அவரது இழிபுகழ் பெற்ற புரட்சிகரக் குழுக்கள் உட்பட, குடிமக்களிடையே அச்சத்தை ஏற்படுத்தியது. தண்டனை குறித்த இந்த அச்சம் எதிர்ப்பைத் தடுத்து அவரது அதிகாரத்தை வலுப்படுத்தியது.

கடாஃபியின் உளவியல் அணுகுமுறை பல பரிமாண தலைமைத்துவ ஆளுமையால் வகைப்படுத்தப்பட்டது. அவர் தனது ஆளுமையின் வெவ்வேறு அம்சங்களைப் பல்வேறு பார்வையாளர்களுக்கு முன்வைத்தார். வெவ்வேறு சூழ்நிலைகளுக்கு ஏற்ப தனது நடத்தையை மாற்றியமைத்தார். உணர்வு மற்றும் நடத்தையின் சிக்கலான கையாளுதல் அதிகாரத்தை ஒருங்கிணைக்கவும், கட்டுப்பாட்டைப் பராமரிக்கவும், தனது அரசியல் நோக்கங்களை அடையவும் அவரை அனுமதித்தது.

அவரது உளவியல் தந்திரங்கள் அவரது அதிகாரத்தை வலுப்படுத்துவதில் பயனுள்ளதாக இருந்தபோதிலும், அவை அச்சம், தணிக்கை, மனித உரிமை மீறல்களின் சூழலுக்கும் வழிவகுத்தன. கடாஃபியின் உளவியல் அணுகுமுறை தலைமைத்துவம், புலனுணர்வு மேலாண்மை மற்றும் அத்தகைய தந்திரோபாயங்களைப் பயன்படுத்தும்போது எழும் நெறிமுறை பரிசீலனைகளுக்கு இடையிலான சிக்கலான இடைவினையை நினைவூட்டுகிறது.

10. அதிகாரம், வளங்களின் ஒருங்கிணைப்பு

அரசியல் அதிகாரத்தை மையப்படுத்தும் முயற்சிகளில் கடாஃபியின் சுயநல மனப்பான்மை மிகவும் வெளிப்படையாகத் தெரிந்தது. அதிருப்தியையும் எதிர்ப்பையும் கட்டுப்படுத்தி, அதிகாரத்தைத் தனது கைகளுக்குள் பலப்படுத்த முயன்றார். கடாஃபி புரட்சிகரக் குழுக்களை நிறுவியது, கருத்தியல் தூய்மையைப் பேணுவதற்கும், மாற்றுக்கருத்துகளை அடக்குவதற்கும் நியமிக்கப்பட்ட துணை ராணுவ அமைப்புகள், சமூகத்தின் ஒவ்வொரு அம்சத்தின் மீதும் கட்டுப்பாட்டைச் செலுத்துவதற்கும், அவரது ஆட்சிக்கு ஏற்படக்கூடிய எந்தவொரு சவால்களையும் ஒடுக்குவதற்கும் அவரது விருப்பத்தை வெளிப்படுத்தியது.

லிபியாவின் தேசியச் செல்வத்தை, குறிப்பாக அதன் எண்ணெய் இருப்புக்களை கட்டுப்படுத்தும் அளவுக்குக் கடாஃபியின் உடைமை மனப்பான்மை விரிவடைந்தது. நாட்டின் பொருளாதார வளங்களில் தனது செல்வாக்கை அதிகரிப்பதை அவர் நோக்கமாகக் கொண்டிருந்தார். கடாஃபி 1973ம் ஆண்டில் லிபியாவின் எண்ணெய் தொழிலைத் தேசியமயமாக்கி, அதை அரசின் கட்டுப்பாட்டின் கீழ்க் கொண்டுவந்தார். இந்த நடவடிக்கை நாட்டின் முதன்மை வருவாய் ஆதாரத்தை நேரடியாக நிர்வகிக்கவும், பொருளாதார அதிகாரத்தைத் தனது கைகளில் ஒருங்கிணைக்கவும் அனுமதித்தது.

கடாஃபியின் சுயநல மனநிலை அவரை முக்கிய நிறுவனங்கள் மீது கட்டுப்பாட்டைச் செலுத்த வழிவகுத்தது. அவை அவரது சித்தாந்தம் மற்றும் குறிக்கோள்களுடன் இணைந்திருப்பதை உறுதி செய்தது. இந்தக் கட்டுப்பாடு அரசு அமைப்புகள், ஊடகங்கள் மற்றும் கல்விக்கும் பரவியது. அரசு ஊடகங்கள் மீதான கடாஃபியின் கட்டுப்பாடு பொதுமக்களின் கண்ணோட்டத்தை வடிவமைக்கவும், கதையைக் கட்டுப்படுத்தவும் அவரை அனுமதித்தது. தகவல் பரப்புதலில் இந்தப் பிடிவாதம் மக்களின் எண்ணங்களையும் நம்பிக்கைகளையும் கையாள அவருக்கு உதவியது.

கடாஃபியின் ஆளுமை மனப்பான்மை அவரது தலைமைத்துவத்தை தனிப்பயனாக்குவதிலும் வெளிப்பட்டது. அவர் தன்னை அரசின் உருவமாக முன்னிறுத்தி, அதிகாரத்தின் மீதான தனது பிடியை மேலும் வலுப்படுத்தினார்.கடாஃபி தன்னைச் 'சகோதரத் தலைவர்' என்று குறிப்பிட்டு, லிபியாவின் முன்னேற்றத்திற்கு வழிகாட்டும் சக்தியாகத் தன்னை முன்னிறுத்திக் கொண்டார். தலைமைத்துவ விவரிப்பு மீதான அவரது பிடிவாதம் அவரது அதிகாரத்தை உறுதிப்படுத்தவும் சவால்களை ஊக்கப்படுத்தவும் உதவியது.

கடாஃபியின் உடைமை மனப்பான்மை சமூகத்தின் பல்வேறு பிரிவுகளுக்கு வளங்களையும் நன்மைகளையும் எவ்வாறு பகிர்ந்தளித்தார் என்பதைப் பாதித்தது. விசுவாசத்தையும் கட்டுப்பாட்டையும் பராமரிக்க அவர் இந்த விநியோகங்களை பயன்படுத்தினார். அரசு வளங்களை விசுவாசமான ஆதரவாளர்களுக்கு ஒதுக்கும் கடாஃபியின் நடைமுறை, சலுகைகளைப் பகிர்வதில் அவரது பிடிவாதத்தை வலுப்படுத்தியது. இந்த அணுகுமுறை அவரது ஆட்சியுடன் இணைந்தவர்கள் அவரது ஆதரவில் தங்கியிருப்பதை உறுதி செய்தது.

அதிகாரத்தை மையப்படுத்துதல், பொருளாதாரச் செல்வத்தின் மீது ஆதிக்கம் செலுத்துதல், நிறுவனங்களின் கட்டுப்பாடு, தலைமைத்துவத்தைத் தனிப்பயனாக்குதல் ஆகியவை அனைத்தும் வைத்திருப்பதற்கும் ஒருங்கிணைப்பதற்கும் அவரது தீவிர விருப்பத்தைப் பிரதிபலித்தன. இந்த மனநிலை பல தசாப்தங்களாக அதிகாரத்தின் மீது ஓர் இறுக்கமான பிடியைத் தக்க வைத்துக் கொள்ள அவருக்கு உதவியது என்றாலும் இது அச்சத்தின் சூழல், கருத்து வேறுபாடுகளை ஒடுக்குதல் மற்றும் வளங்களின் சமத்துவமற்ற பகிர்வு ஆகியவற்றிற்கும் வழிவகுத்தது.

லிபிய குடிமக்களின் வாழ்க்கையை மேம்படுத்துவதை நோக்கமாகக்கொண்ட சமூக நல முன்முயற்சிகளை ஆதரிப்பதில் கடாஃபியின் கருணை மனப்பான்மை தெளிவாகத் தெரிந்தது. மக்களுக்கு அத்தியாவசியச் சேவைகள் மற்றும் ஆதரவை வழங்குவதில் அவர் நம்பிக்கை கொண்டிருந்தார். லிபியர்களின் வாழ்க்கைத் தரத்தை உயர்த்துவதற்காகச் சுகாதாரம், கல்வி மற்றும் உள்கட்டமைப்புத் திட்டங்களில் கடாஃபியின் அரசாங்கம் முதலீடு செய்தது. குடிமக்களுக்கு அடிப்படைத் தேவைகள் மற்றும் சேவைகள் கிடைப்பதை உறுதி செய்வதை அவரது முயற்சிகள் நோக்கமாகக் கொண்டிருந்தன.

கடாஃபியின் கருணை சுகாதாரம் மற்றும் கல்வித் துறைகளுக்கு விரிவடைந்தது. தனது மக்களுக்குத் தரமான சுகாதாரத்தையும் கல்வியையும் வழங்குவதன் முக்கியத்துவத்தை அவர் உணர்ந்தார். கடாஃபியின் அரசாங்கம் லிபியா முழுவதும், குறிப்பாகக் கிராமப்புறங்களில் மருத்துவ மையங்களையும், பள்ளிகளையும் நிறுவியது. இந்த நிறுவனங்கள் பின்தங்கிய சமூகங்களுக்குச் சுகாதாரம் மற்றும் கல்வியை வழங்குவதை நோக்கமாகக் கொண்டிருந்தன. இது மக்கள் நலனில் அவரது அக்கறையைப் பிரதிபலிக்கிறது.

லிபிய சமூகத்தில் பெண்களுக்கு அதிகாரமளிக்கும் முயற்சிகளில் கடாஃபியின் கருணை மனப்பான்மை தெளிவாகத் தெரிந்தது. அவர் பெண்களின் உரிமைகளுக்காக வாதிட்டார். பல்வேறு துறைகளில் அவர்களின் பங்களிப்பை ஊக்குவித்தார். கடாஃபியின் அரசாங்கம் பெண்களின் பங்கேற்பை ஊக்குவிக்கும் கொள்கைகளை அறிமுகப்படுத்தியது. சமூக முன்னேற்றத்திற்கும் வளர்ச்சிக்கும் பெண்களுக்கு அதிகாரம் அளிப்பது அவசியம் என்று அவர் நம்பினார்.

கடாஃபியின் கருணை மனப்பான்மை லிபியாவின் எல்லைகளைத் தாண்டி ஆப்பிரிக்க விடுதலை இயக்கங்களை ஆதரித்தது. காலனியாதிக்கத்திற்கும் ஒடுக்குமுறைக்கும் எதிராகப் போராடும் தேசங்களுக்கு உதவுவதில் அவர் நம்பிக்கை கொண்டிருந்தார். கடாஃபி பல்வேறு ஆப்பிரிக்க விடுதலை இயக்கங்களுக்கு நிதி மற்றும் ராணுவ ஆதரவை வழங்கினார். ஒடுக்கப்பட்ட தேசிய இனங்களின் சுதந்திரத்தை வளர்ப்பதை நோக்கமாகக் கொண்டிருந்தார்.

கடாஃபியின் கருணை வளரும் நாடுகளுக்கு, குறிப்பாக ஆப்பிரிக்காவில் உள்ள நாடுகளுக்கு அவர் வழங்கிய நிதி உதவியில் பிரதிபலித்தது. அவர் நாடுகளிடையே ஒற்றுமையை

நம்பினார். பொருளாதாரச் சவால்களை எதிர்கொள்ளும் நாடுகளுக்கு ஆதரவளித்தார். கடாஃபியின் அரசாங்கம் மற்ற ஆப்பிரிக்க நாடுகளின் வளர்ச்சி முயற்சிகளுக்கு நிதி உதவியும், முதலீட்டையும் வழங்கியது. அவரது நடவடிக்கைகள் உறவுகளை வலுப்படுத்துவதையும், சக ஆப்பிரிக்க நாடுகளின் வளர்ச்சிக்குப் பங்களிப்பதையும் நோக்கமாகக் கொண்டிருந்தன.

அவரது தலைமைத்துவ அணுகுமுறை சிக்கலானது மற்றும் பெரும்பாலும் சர்ச்சைக்குரியது என்றாலும், அவரது நடவடிக்கைகள் தனிநபர்கள் மற்றும் நாடுகளின் நல்வாழ்வில் உண்மையான அக்கறையைப் பிரதிபலித்த நிகழ்வுகள் உள்ளன. சிக்கலான அரசியல் சூழ்நிலைகளுக்கு மத்தியிலும் தலைவர்கள் பெருந்தன்மையை வெளிப்படுத்தி, தங்கள் செயல்கள் மற்றும் முன்முயற்சிகள் மூலம் சமூகத்திற்குச் சாதகமான பங்களிப்பை வழங்க முடியும் என்பதைக் கடாஃபியின் கருணை மனப்பான்மை நினைவூட்டுகிறது.

கடாஃபியின் ஆட்சிக்கு முன்னர் லிபியாவின் ராணுவ ஆயுதங்களின் சக்தி ஒரு வரலாற்று முக்கியத்துவம் வாய்ந்தது ஆகும். இதை முழுமையாகப் புரிந்து கொள்ள, லிபியாவின் ராணுவத் திறன்கள் மற்றும் 1969ல் கடாஃபி அதிகாரத்திற்கு வருவதற்கு முந்தைய புவிசார் அரசியல் சூழலை நாம் ஆராய வேண்டும். கடாஃபியின் ஆட்சிக்கு முன்னர், லிபியாவின் ராணுவத் தளவாடங்கள் ஒப்பீட்டளவில் மட்டுப்படுத்தப்பட்டதாக இருந்தன. முக்கியமாகப் பல்வேறு வெளிநாட்டுச் சக்திகளால் வழங்கப்பட்ட பாரம்பரிய ஆயுதங்களைக் கொண்டிருந்தன.

வட ஆப்பிரிக்காவில் லிபியாவின் முக்கியத்துவம் காலனித்துவ சக்திகளின் கவனத்தையும், அதைத் தொடர்ந்து பனிப்போர் வல்லரசுகளின் கவனத்தையும் ஈர்த்தது. இங்கு, லிபியாவின் ராணுவ ஆயுதங்களின் நிலை மற்றும் கடாஃபிக்கு முந்தைய சகாப்தத்தில் அதன் புவிசார் அரசியல் பின்னணியைப் பற்றிக் காண்போம்.

வட ஆப்பிரிக்காவில் அமைந்துள்ள லிபியா, 1911 முதல் இரண்டாம் உலகப் போர் வரை இத்தாலியக் காலனித்துவ ஆட்சியின் கீழ் இருந்தது. இந்தக் காலனித்துவப் பாரம்பரியம் லிபியா 1951ல் சுதந்திரம் பெற்றபோது வரையறுக்கப்பட்ட உள்நாட்டு ராணுவத் திறன்களை விட்டுச் சென்றது. இத்தாலிய காலனித்துவ ஆட்சியாளர்கள் நாட்டின் ராணுவ உள்கட்டமைப்பை மேம்படுத்துவதில் கணிசமாக முதலீடு

செய்யவில்லை. இரண்டாம் உலகப் போருக்குப் பிந்தைய காலகட்டத்தில், அமெரிக்காவுக்கும் சோவியத் யூனியனுக்கும் இடையிலான பனிப்போர் போட்டியின் மத்தியில் லிபியா தன்னைக் கண்டது.

இந்தப் பூகோள அரசியல் நிலைப்பாடு, பெரும் வல்லரசுகள் தங்கள் சொந்த நலன்களுக்காக லிபியாவின் ராணுவத் திறன்களில் செல்வாக்குச் செலுத்துவதில் ஆர்வமாக இருந்தன. கடாஃபியின் ஆட்சிக்கு முன்பு, லிபியா பல்வேறு மூலங்களிலிருந்து ராணுவ உதவிகளைப் பெற்றது. சோவியத் செல்வாக்கைச் சமன் செய்யும் நோக்கில், லிபியா சுதந்திரம் அடைந்த ஆரம்ப ஆண்டுகளில் அமெரிக்கா அதற்கு ராணுவ உதவிகளை வழங்கியது. இருப்பினும், இந்த ஆதரவு மட்டுப்படுத்தப்பட்டது. இது லிபியாவின் ஆயுதப் படைகளின் நவீனமயமாக்கலுக்கு வழிவகுக்கவில்லை. லிபியா தனது சொந்த ஆயுத அமைப்புகளை உற்பத்தி செய்யும் திறனும் கடாஃபியின் ஆட்சிக்கு முன்பு வளர்ச்சியடையவில்லை. இறக்குமதி செய்யப்பட்ட ஆயுதங்களையும் ராணுவத் தளவாடங்களையும் அந்நாடு பெரிதும் நம்பியிருந்தது.

1969ல் மன்னரின் ஆட்சிக் கவிழ்ப்புக்கு முந்தைய ஆண்டுகளில் லிபியா அரசியல் ஸ்திரமின்மையை எதிர்கொண்டது. மன்னராட்சியும் அரசாங்கமும் ஊழல்களாலும் திறமையின்மையாலும் வகைப்படுத்தப்பட்டன. இந்தக் கொந்தளிப்பான அரசியல் சூழல் ராணுவத்தை நவீனப்படுத்துவதற்கான முயற்சிகளுக்கும் தடையாக இருந்தது.

1969 செப்டம்பரில் கடாஃபி ஆட்சிக்கு வந்தது லிபியாவின் ராணுவ வரலாற்றில் ஒரு திருப்புமுனையைக் குறிக்கிறது. அப்போது இளம் ராணுவ அதிகாரியாக இருந்த கடாஃபி தீவிர மாற்றங்களையும், உறுதியான வெளியுறவுக் கொள்கையையும் ஏற்படுத்துவதாக உறுதியளித்தார். அவர் ராணுவ நவீனமயமாக்கல் செயல்முறையைத் தொடங்கினார். பல்வேறு நாடுகளுடன், குறிப்பாகச் சோவியத் ஒன்றியத்துடன் ஆயுத ஒப்பந்தங்களை நாடினார். அவரது ஆட்சியின் கீழ், லிபியா அதன் ராணுவ திறன்களைக் கணிசமாக விரிவுபடுத்தி மேம்பட்ட ஆயுதங்களைப் பெற்றது.

கடாஃபியின் ஆட்சிக்கு முன்னர், லிபியாவின் ராணுவ ஆயுதங்கள் ஒப்பீட்டளவில் மிதமானதாகவும், வெளிநாட்டு ஆதரவைச் சார்ந்தும் இருந்தன. நாட்டின் ராணுவ உள்கட்டமைப்பு வளர்ச்சியடையவில்லை. அதன் உள்நாட்டு

ஆயுத உற்பத்தித் திறன்கள் குறைவாக இருந்தன. 1969ம் ஆண்டில் கடாஃபி ஆட்சிக்கு வந்தது ராணுவ நவீனமயமாக்கலின் பாதையில் இறங்கியபோது ஒரு குறிப்பிடத்தக்க மாற்றத்தைக் குறிக்கிறது. அடுத்தடுத்த ஆண்டுகளில் லிபியாவை மிகவும் வலிமையான ராணுவ சக்தியாக மாற்றியது. இந்த வரலாற்றுப் பின்னணியைப் புரிந்துகொள்வது லிபியாவின் ராணுவ இயக்கவியலையும், கடாஃபியின் ஆட்சியின் போதும் அதற்குப் பின்னரும் பிராந்திய, உலகளாவிய அரசியலில் அது வகித்த பங்கையும் புரிந்துகொள்வதற்கு முக்கியமானது.

முஅம்மர் கடாஃபியின் ஆட்சிக் காலத்தில் லிபியாவின் ராணுவ ஆயுதங்களின் சக்தி பிராந்திய அளவிலும் சர்வதேச அளவிலும் குறிப்பிடத்தக்க ஆர்வத்தையும் கொண்டிருந்தது. 1969 முதல் 2011 வரை நான்கு தசாப்தங்களுக்கும் மேலாக நீடித்த கடாஃபியின் ஆட்சி, நாட்டின் ராணுவ திறன்களில் கணிசமான முதலீடுகளைக் கண்டது. கடாஃபியின் தலைமையின் கீழ், லிபியா பல்வேறு வகையான ஆயுதங்களையும் ராணுவ உபகரணங்களையும் குவித்தது. மேம்பட்ட டாங்கிகள், கவச வாகனங்கள், பீரங்கிகள், பரந்த அளவிலான சிறிய ஆயுதங்களை நாடு பெற்றது. கடாஃபியின் அரசாங்கம் விமான எதிர்ப்புத் துப்பாக்கிகள் மற்றும் மேற்பரப்பில் இருந்து வான் ஏவுகணை அமைப்புகள் உள்ளிட்ட வான் பாதுகாப்பு அமைப்புகளிலும் முதலீடு செய்தது.

கடாஃபியின் ஆட்சியின் போது லிபியாவின் ராணுவ கொள்முதல் சோவியத் ஒன்றியம் மற்றும் பிற கிழக்கு பிளாக் நாடுகளால் பெரிதும் பாதிக்கப்பட்டது. மிக் போர் விமானங்கள், டி—72 டாங்கிகள், கிராட் ராக்கெட் லாஞ்சர்கள் போன்ற அதிநவீன ஆயுதங்களைப் பெற்று, இந்த நாடுகளுடன் கணிசமான ஆயுத ஒப்பந்தங்களை அரசு மேற்கொண்டது. இந்த ஆயுதக் கிடங்கு லிபியாவின் ராணுவ திறன்களைக் கணிசமாக அதிகரித்தது. கடாஃபியின் கீழ் லிபியாவின் ராணுவத்தின் மிகவும் கவலைக்குரிய அம்சங்களில் ஒன்று ரசாயன ஆயுதங்களைப் பின்தொடர்வது. ரசாயன முகவர்களை உருவாக்குவதற்கும் சேமித்து வைப்பதற்கும் ஆட்சி முயற்சிகளை மேற்கொண்டது.

இது சர்வதேசச் சமூகத்தில் எச்சரிக்கையை எழுப்பி, 2000த்தின் முற்பகுதியில் இந்த ஆயுதங்களிலிருந்து லிபியாவை நிராயுத பாணியாக்கும் முயற்சிகளுக்கு வழிவகுத்தது. கடாஃபியின் கீழ் லிபியா அதன் வழக்கமான ராணுவச் சொத்துகளுக்கு அப்பால்

சமச்சீரற்ற போர் திறன்களிலும் முதலீடு செய்தது. பிராந்தியம் முழுவதும் உள்ள பல்வேறு கிளர்ச்சிக் குழுக்களுக்கு ஆதரவு, அவர்களுக்கு ஆயுதங்கள், பயிற்சி, நிதியுதவி ஆகியவை இதில் அடங்கும். கடாஃபியின் ஆட்சி மேற்கத்திய நலன்களை எதிர்க்கும் குழுக்களை ஆதரிப்பதாக அறியப்பட்டது. இது அண்டை நாடுகளில் ஸ்திரமற்ற விளைவை ஏற்படுத்தியது.

கடாஃபி ஒரு சக்தி வாய்ந்த ராணுவத்தைக் கட்டியெழுப்புவதற்கும் நிலைநிறுத்துவதற்குமானத் திறன் லிபியாவின் குறிப்பிடத்தக்க எண்ணெய் வளத்துடன் நெருக்கமாக இணைக்கப்பட்டுள்ளது. நாட்டின் எண்ணெய் வருவாய் ராணுவத்திற்கு மட்டுமல்லாமல் பல்வேறு சமூக திட்டங்களுக்கும் உள்கட்டமைப்பு மேம்பாட்டு திட்டங்களுக்கும் நிதியளிக்கப் பயன்படுத்தப்பட்டது. இந்தப் பொருளாதார பலம் பாதுகாப்புத் துறையில் கணிசமான முதலீடுகளை அனுமதித்தது.

லிபியாவின் ராணுவத் திறன்கள், கடாஃபியின் கணிக்க முடியாத வெளியுறவுக் கொள்கையுடன் இணைந்து, பிராந்திய இயக்கவியலில் குறிப்பிடத்தக்கத் தாக்கத்தை ஏற்படுத்தின. அண்டை நாடான சாட் மற்றும் சூடானில் கிளர்ச்சிக் குழுக்களுக்கு ஆட்சியின் ஆதரவும், சாடியன்—லிபியப் போர் போன்ற மோதல்களில் அதன் ஈடுபாடும் பிராந்திய ஸ்திரமின்மைக்குப் பங்களித்தன. கடாஃபியின் ஆட்சி 2011ம் ஆண்டில் அரபு வசந்த எழுச்சியின் போது வன்முறையாக முடிவுக்கு வந்தது. நேட்டோ ராணுவத் தலையீடு குறிப்பிடத்தக்க பங்கைக் கொண்டிருந்தது.

கடாஃபி கொல்லப்பட்டதைத் தொடர்ந்து, ரசாயன ஆயுத முன்னோடிகளைப் பாதுகாப்பது உட்பட லிபியாவின் பரந்த ஆயுதக் களஞ்சியங்களைப் பாதுகாக்கவும் நிராயுதபாணியாக்கவும் முயற்சிகள் மேற்கொள்ளப்பட்டன. கடாஃபியின் ஆட்சியின் கீழ், லிபியா மாறுபட்ட ராணுவ ஆயுதங்கள் மற்றும் தளவாடங்களைப் பராமரித்து வந்தது. நாட்டின் ராணுவ பலம் குறிப்பிடத்தக்க முதலீடுகளின் விளைவாக இருந்தது. பெரும்பாலும் கிழக்கு தொகுதி நாடுகளுடன் ஒத்துழைத்தது. பிராந்திய ரீதியாகவும் சர்வதேச அளவிலும் கவலைக்குரிய ஆதாரமாக இருந்தது.

கடாஃபியின் ஆட்சியானது ராணுவ பலத்தைப் பயன்படுத்துவதற்கும் கிளர்ச்சிக் குழுக்களுக்கு ஆதரவளிப்பதற்கும் விருப்பத்துடன் இருந்தது. இது

பிராந்திய ஸ்திரமின்மைக்குப் பங்களித்தது. 2011ல் ஆட்சியின் வீழ்ச்சியுடன், லிபியாவின் ராணுவ இயக்கவியல் ஒரு குறிப்பிடத்தக்க மாற்றத்திற்கு உட்பட்டது. இது கடாஃபிக்குப் பிந்தைய சகாப்தத்தில் புதிய சவால்களுக்கும் சிக்கல்களுக்கும் வழிவகுத்தது.

கடாஃபியின் ராணுவம் கணிசமான அளவில் இருந்தது. இது ஒரு வலுவான வலிமையான படையை பராமரிக்கும் அவரது விருப்பத்தைப் பிரதிபலித்தது. லிபிய ஆயுதப் படைகள் ராணுவம், கடற்படை, விமானப்படை உட்படப் பல்வேறு பிரிவுகளைக் கொண்டிருந்தன. உச்சத்தில் இருந்தபோது, கடாஃபியின் ராணுவத்தில் சுமார் 50,000 வீரர்கள் இருந்தனர். கூடுதலாக, அவர் தனது கட்டுப்பாட்டை வலுப்படுத்தவும் எதிர்ப்பை நசுக்கவும் புரட்சிகரக் குழுக்கள் போன்ற துணை ராணுவப் படைகளை நிறுவினார். கடாஃபி தனது ராணுவத்தில் பெருமளவில் முதலீடு செய்தார். உள்நாட்டிலும் சர்வதேச அளவிலும் பலத்தை வெளிப்படுத்த நவீன ஆயுதங்களை வழங்கினார். சாத்தியமான அச்சுறுத்தல்களைத் தடுப்பதற்கும் தனது அதிகாரத்தை நிலைநிறுத்துவதற்கும் ராணுவ பலத்தில் அவரது கவனம் இருந்தது.

டாங்கிகள், போர் விமானங்கள், கடற்படை கப்பல்கள் உள்ளிட்ட பல அதிநவீன ஆயுதங்களைக் கடாஃபி வாங்கினார். அவரது ஆயுதக் கிடங்கில் சோவியத் மற்றும் மேற்கத்திய உபகரணங்கள் அடங்கும். கடாஃபியின் ராணுவம் ஒரு மையப்படுத்தப்பட்ட கட்டளைக் கட்டமைப்பை வலியுறுத்தியது. இது அவரது ஆயுதப்படைகள் மீது நேரடி கட்டுப்பாட்டைச் செலுத்த அனுமதித்தது. இந்த அணுகுமுறை விரைவாக முடிவெடுப்பதற்கும் உத்தரவுகளைச் செயல்படுத்துவதற்கும் உதவியது. கடாஃபி ஆயுதப்படைகளின் தலைமைத் தளபதி பதவியை வகித்து, அவரது அதிகாரத்தை அடிக்கோடிட்டுக் காட்டினார். அவர் தனிப்பட்ட முறையில் விசுவாசமான ராணுவத் தலைவர்களை முக்கியப் பதவிகளுக்கு நியமித்தார். அவர்கள் தனது ஆட்சிக்கு விசுவாசத்தை உறுதிப்படுத்தினார்.

கடாஃபியின் ராணுவ பயிற்சி முறைகள் அவரது ஆட்சிக்கு விசுவாசத்தில் கவனம் செலுத்துவதை உள்ளடக்கியது. அவர் தனது தலைமைக்கும், அரசியல் சித்தாந்தத்திற்கும் விசுவாச உணர்வைத் தனது வீரர்களிடையே வளர்ப்பதை நோக்கமாகக் கொண்டிருந்தார். கடாஃபியின் அரசியல்

தத்துவத்தைக் கோடிட்டுக் காட்டிய 'கிரீன் புக்', பெரும்பாலும் ராணுவத்திற்குள் கருத்தியல் பயிற்சிக்கான அடிப்படையாகப் பயன்படுத்தப்பட்டது. கடாஃபியின் நம்பிக்கைகளுடன் அவர்கள் ஒன்றிணைவதை உறுதி செய்வதற்காக அவரது சித்தாந்தத்திற்கு வீரர்கள் வெளிப்படுத்தப்பட்டனர்.

கடாஃபி புரட்சிகரக் குழுக்கள் எனப்படும் துணை ராணுவப் பிரிவுகளை நிறுவினார். அவை கருத்தியல் தூய்மையைப் பேணுவதற்கும், எதிர்ப்பை ஒடுக்குவதற்கும் பணிக்கப்பட்டன. இந்தப் பிரிவுகள் அவரது ஆட்சியைப் பாதுகாக்க முறையான ராணுவத்துடன் இணைந்து செயல்பட்டன. கடாஃபியின் கட்டுப்பாட்டைத் தக்கவைத்துக் கொள்வதில் புரட்சிக் குழுக்கள் கணிசமான பங்கைக் கொண்டிருந்தன. பெரும்பாலும் எதிர்ப்பை அடக்க பலத்தைப் பயன்படுத்தின. அவர்களின் இருப்பு கடாஃபி தனது ராணுவத்தின் அணிகளுக்குள் விசுவாசத்தை உறுதி செய்வதற்கான உறுதிப்பாட்டை எடுத்துக்காட்டியது.

கடாஃபி தனது வழக்கமான ராணுவத்திற்கு மேலதிகமாக, அவ்வப்போது தனது ராணுவ இலக்குகளை மேம்படுத்தக் கூலிப்படையினரைப் பயன்படுத்தினார். இந்தக் கூலிப்படையினர் பெரும்பாலும் பிற ஆப்பிரிக்க நாடுகளைச் சேர்ந்தவர்கள். சாடிய—லிபிய மோதல் போன்ற பல்வேறு மோதல்களின் போது கடாஃபி கூலிப்படைகளைப் பயன்படுத்தியது தெளிவாகத் தெரிந்தது. சில படையெடுப்புகளில் தனது படைகளை வலுப்படுத்த சாட், சூடான் போன்ற நாடுகளிலிருந்து போராளிகளை நியமித்தார்.

கடாஃபியின் ராணுவம் அதன் அளவு, அதிகாரம், ஒருங்கிணைப்பு மற்றும் பயிற்சி முறைகளால் வகைப்படுத்தப்பட்டது. இது அவரது தலைமைக்கு விசுவாசத்தை வலியுறுத்தியது. துணை ராணுவப் பிரிவுகளை நிறுவுதல், கூலிப்படையினரை ஒருங்கிணைத்தல் உள்ளிட்ட அவரது அணுகுமுறை, கட்டுப்பாட்டையும் திட்ட வலிமையையும் பராமரிக்கப் பல்வேறு தந்திரங்களைப் பயன்படுத்துவதற்கான அவரது விருப்பத்தை வெளிப்படுத்தியது. கடாஃபியின் ராணுவ வலிமை அவரது நீண்டகால ஆட்சிக்குப் பங்களித்தாலும், அது ஒடுக்குமுறை மற்றும் அச்சத்தின் சூழலுக்கு வழிவகுத்தது. இறுதியில் அது 2011ம் ஆண்டில் 'அரபு வசந்த எழுச்சி'யின் போது அவரது வீழ்ச்சிக்கும் பங்களித்தது.

லிபியாவில் நடைபெற்று வரும், வளர்ந்து வரும் மோதலின் தன்மை காரணமாக லிபியாவில் ராணுவ ஆயுத நிலைமையின் தற்போதைய சக்தி கவனமாகப் பகுப்பாய்வு செய்யப்பட வேண்டிய ஒரு தலைப்பாகும். 2021ம் ஆண்டுக்கு முன்பு வரை லிபியா பல்வேறு ஆயுதக் குழுக்கள், போராளிகள் சம்பந்தப்பட்ட ஒரு சிக்கலான, பன்முக மோதலில் சிக்கிக்கொண்டது. லிபியாவில் ராணுவ ஆயுதங்களின் தற்போதைய நிலையை விரிவாக மதிப்பிடுவதற்கு, நாம் பல முக்கிய அம்சங்களை கருத்தில் கொள்ள வேண்டும்

2011ம் ஆண்டில் கடாஃபியின் ஆட்சி வீழ்ச்சியடைந்ததிலிருந்து, லிபியா ஆயுதக் குழுக்களின் கணிசமான துண்டாடலைச் சந்தித்துள்ளது. தேசிய உடன்படிக்கை அரசாங்கம் (ஜி.என்.ஏ), ஜெனரல் கலீபா ஹஃப்தார் தலைமையிலான லிபிய தேசிய ராணுவம் (எல்.என்.ஏ), பல்வேறு உள்ளூர் போராளிகள் உட்படப் பல்வேறு பிரிவுகள் செல்வாக்கிற்காகப் போட்டியிட்டன. இந்தப் பிளவு நாட்டில் ஆயுதங்களின் பெருக்கத்திற்கு வழிவகுத்துள்ளது.

பல்வேறு லிபிய பிரிவுகளுக்கு ஆயுதம் வழங்குவதிலும் ஆதரிப்பதிலும் வெளிநாடுகள் குறிப்பிடத்தக்கப் பங்கைக் கொண்டிருந்தன. துருக்கி, ரஷ்யா, எகிப்து, ஐக்கிய அரபு எமிரேட்ஸ் (யுஏஇ) போன்ற நாடுகள் ஆயுதங்கள், உபகரணங்கள், கூலிப்படைகள் உள்ளிட்ட ராணுவ உதவிகளை வழங்குவதில் ஈடுபட்டுள்ளன. இந்த வெளிப்புற ஆதரவு ராணுவமயமாக்கலுக்குப் பங்களித்துள்ளது. லிபியா மீது ஐக்கிய நாடுகள் சபை ஆயுதத் தடை விதித்துள்ளது. ஆனால் மீறல்கள் பற்றிய அறிக்கைகள் பொதுவானவை. ஆயுதங்கள் தொடர்ந்து நாட்டிற்குள் நுழைவது, ஆயுதப் பரவல் பிரச்சினையை மேலும் மோசமாக்குகிறது. எதிரெதிர் பிரிவினருக்கு இடையிலான மோதல்களில் இந்த ஆயுதங்கள் பயன்படுத்தப்பட்டுள்ளன.

லிபியாவில் உள்ள பல்வேறு வகையான ஆயுதங்களில் சிறிய ஆயுதங்கள், பீரங்கிகள், டாங்கிகள், கவச வாகனங்கள், ஆளில்லா விமானங்கள் கூட அடங்கும். சில பிரிவுகள் மிகவும் மேம்பட்ட ஆயுதங்களை அணுகுகின்றன. மற்றவர்கள் பழைய அல்லது குறைந்த அதிநவீன உபகரணங்களை நம்பியுள்ளனர். லிபியாவில் ஆயுதங்கள் கிடைப்பது பொதுமக்களுக்கு மோசமான விளைவுகளை ஏற்படுத்தியுள்ளது. நடந்து வரும் மோதல் பொதுமக்களின் உயிரிழப்புகள், இடப்பெயர்வு,

மனிதாபிமான நெருக்கடிக்கு வழிவகுத்துள்ளது. குறிப்பாக மக்கள் நடமாட்டம் உள்ள பகுதிகளில் கனரக ஆயுதங்களைப் பயன்படுத்துவது பேரழிவை ஏற்படுத்தியுள்ளது.

லிபியாவில் உள்ள ஐக்கிய நாடுகளின் ஆதரவுக் குழு (யு.என்.எஸ்.எம்.ஐ.எல்) உட்படப் பல்வேறு சர்வதேச முயற்சிகள் போர் நிறுத்தங்களுக்கு மத்தியஸ்தம் செய்வதையும் அமைதிப் பேச்சுவார்த்தைகளை ஊக்குவிப்பதையும் நோக்கமாகக் கொண்டுள்ளன. இந்த முன்முயற்சிகளில் ஆயுதங்களின் பெருக்கத்தைக் குறைக்க ஆயுதக் குறைப்பு, படைகளைக் குறைத்தல் மற்றும் மறு ஒருங்கிணைப்பு (டி.டி.ஆர்) திட்டங்களுக்கான அழைப்புகளும் அடங்கும். ஆயுதங்களின் ஓட்டத்தைக் கட்டுப்படுத்துவது, ஆயுதத் தடையை மீறுபவர்களைப் பொறுப்பாக்குவது ஆகியவை தொடர்ச்சியான சவால்களாக உள்ளன.

நுண்ணிய எல்லைகள், மத்திய அதிகாரம் இல்லாமை ஆகியவை ஆயுதங்கள் மீதான கட்டுப்பாடுகளை அமல்படுத்துவதைக் கடினமாக்குகின்றன. லிபியாவில் ராணுவ ஆயுத நிலைமையின் தற்போதைய சக்தி மிகவும் திரவமாகவும் சிக்கலாகவும் உள்ளது. ஆயுதப் பரவல், பல்வேறு பிரிவுகளுக்கு வெளிப்புற ஆதரவு மற்றும் பொதுமக்கள் மீதான தாக்கம் ஆகியவற்றின் விளைவுகளை நாடு தொடர்ந்து எதிர்கொண்டு வருகிறது. மோதலைத் தீர்ப்பதற்கும் ஆயுதங்கள் கிடைப்பதைக் குறைப்பதற்குமான முயற்சிகள் குறிப்பிடத்தக்கச் சவால்களை எதிர்கொண்டுள்ளன. லிபியாவின் நிலைமை மாற்றத்திற்கு உட்பட்டது என்பதைக் கவனத்தில் கொள்ள வேண்டியது அவசியம்.

11. சிக்கலான நிதி மரபு

கடாஃபியின் நிதி பரிவர்த்தனைகளின் ரகசியத் தன்மை காரணமாக அவரது சொத்துகளின் சரியான மதிப்பை மதிப்பிடுவது சவாலானது. இருப்பினும், பல்வேறு சொத்துகளும், முதலீடுகளையும் உள்ளடக்கிய அவரது சொத்து கணிசமானது என்று பரவலாக நம்பப்படுகிறது. கடாஃபியின் சொத்துகளின் மதிப்பு பல்லாயிரக்கணக்கான பில்லியன் டாலர் முதல் 200 பில்லியன் அமெரிக்க டாலர் வரை இருக்கும் என்று மதிப்பிடப்பட்டுள்ளது, சொத்துகள் பல நாடுகள் மற்றும் நிதி நிறுவனங்களில் முதலீடு செய்யப்பட்டுள்ளன.

கடாஃபியின் செல்வத்தின் கணிசமான பகுதி லிபியாவின் பரந்த எண்ணெய் இருப்புகளிலிருந்து வந்தது. நாட்டின் எண்ணெய் வருவாய் தனிப்பட்ட கணக்குகளில் செலுத்தப்பட்டு அவரது ஆடம்பரமான வாழ்க்கைக்கு நிதியளிக்கப் பயன்படுத்தப்பட்டது. லிபியாவின் எண்ணெய்த் தொழிலைக் கட்டுப்படுத்திய கடாஃபி, வருமானத்தின் ஒரு பகுதியைத் தனது தனிப்பட்ட கணக்குகளுக்குச் செலுத்தினார். தனது ஆட்சியில் செல்வத்தைக் குவித்தார்.

கடாஃபியின் ஆட்சி அரசுக்குச் சொந்தமான பல்வேறு நிறுவனங்களின் மீது கட்டுப்பாட்டைச் செலுத்தியது, இதனால் தொலைத்தொடர்பு, வங்கி போன்ற துறைகளிலிருந்து லாபங்களை ஈட்ட முடிந்தது. அரசு நடத்தும் லிபிய முதலீட்டு ஆணையம் (எல்ஐஏ) மூலம், கடாஃபியின் ஆட்சி பெரிய நிதிச் சொத்துகள் மற்றும் சர்வதேசச் சந்தைகளில் முதலீடுகள் மீது கட்டுப்பாட்டைப் பெற்றது. வெளிநாடுகளில் முதலீடுகளைச் செய்தது, சொத்துகளின் உரிமையை மறைக்க இடைத்தரகர்களைப் பயன்படுத்தியது. இந்த முதலீடுகளில் ரியல் எஸ்டேட், வணிகங்கள், ஆடம்பர

பொருட்கள் ஆகியவை அடங்கும். இந்த முதலீடுகளை நிர்வகிப்பதில் கடாஃபியின் குடும்ப உறுப்பினர்களும் விசுவாசமான கூட்டாளிகளும் ஈடுபட்டிருந்தனர். ஐரோப்பா மற்றும் ஆப்பிரிக்காவில் உள்ள ஆடம்பரச் சொத்துகள், பன்னாட்டு நிறுவனங்களின் பங்குகள் ஆகியவை இவற்றில் அடங்கும்.

கடாஃபியின் ஆட்சி சொத்துகளை மறைக்கவும், சர்வதேச விசாரணையிலிருந்து தப்பிக்கவும் வெளிநாட்டுக் கணக்குகள், ஷெல் நிறுவனங்களின் வலையமைப்பைப் பயன்படுத்தியது. இந்தச் சிக்கலான நிதி வலை அவரது செல்வத்தின் உண்மையான அளவை மறைத்தது. விசாரணை அறிக்கைகள், ஆவணங்கள் கடாஃபியின் சொத்துகளுடன் தொடர்புடைய வெளிநாட்டுக் கணக்குகள் ஆகியவை ஷெல் நிறுவனங்கள் இருப்பதை வெளிப்படுத்தியுள்ளன. இது அவரது சொத்துகளை மறைக்க மேற்கொள்ளப்பட்ட முயற்சியை எடுத்துக்காட்டுகிறது. கடாஃபியின் ஆட்சி பொது நிதியைத் தவறாகப் பயன்படுத்துவதாகவும், லிபிய மக்களின் நலனுக்காக ஒதுக்கப்பட்ட வளங்களைத் தனிப்பட்ட ஆதாயத்திற்காகத் திருப்பியதாகவும் குற்றம் சாட்டப்பட்டது.

அரசின் நிதி தனிப்பட்ட பயன்பாட்டிற்காகவோ அல்லது ஆட்சியின் நடவடிக்கைகளுக்கு நிதியளிப்பதற்காகவோ திருப்பிவிடப்பட்ட மோசடி சம்பவங்களை 'விசில்ப்ளோவர்ஸ்' மற்றும் புலனாய்வு அறிக்கைகள் வெளிப்படுத்தின. அவரது செல்வத்தின் மதிப்பீடுகள் வேறுபட்டாலும், அவரது ஆட்சி கணிசமான வளங்களைக் குவிக்கப் பல வழிகளைப் பயன்படுத்தியது என்பது தெளிவாகிறது.

கடாஃபியின் வாழ்க்கை முறை தொடர்ச்சியான ஆடம்பரமான குடியிருப்புகளை உள்ளடக்கியது. திரிபோலியில் உள்ள கடாஃபியின் பாப் அல்—அஜிசியா வளாகம் ஆடம்பரமான குடியிருப்புகள், தனியார் குடியிருப்புகள் பொழுதுபோக்கு வசதிகளை உள்ளடக்கிய ஒரு பரந்த வளாகமாகும். லிபியாவின் சாதாரணக் குடிமக்களிடமிருந்து அவர் பிரிந்திருந்த அவரது அன்பான வாழ்க்கை முறையையும் இந்த வளாகம் வெளிப்படுத்தியது. அவர் உயர்தர வாகனங்களை வைத்திருந்தார். தனிப்பயனாக்கப்பட்ட மெர்சிடிஸ் பென்ஸ், ரோல்ஸ் ராய்ஸ் கார்கள் உள்ளிட்ட ஆடம்பர கார்களின் விரிவான சேகரிப்புக்காக கடாஃபி அறியப்பட்டார். தனது செல்வத்தையும் அந்தஸ்தையும் வெளிப்படுத்தும் வாகனங்களில் அவர் அவ்வப்போது பொதுவெளியில் தோன்றினார்.

ஆடம்பரமான ஆடைகள், அணிகலன்கள், ஆபரணங்களால் அவர் அடிக்கடி தன்னை அலங்கரித்துக் கொண்டார். கடாஃபி தனது தனித்துவமான உடைக்காக அறியப்பட்டார். இதில் விரிவான ராணுவச் சீருடைகள், பாரம்பரிய உடைகள், ஆடம்பரமான அணிகலன்கள் ஆகியவை அடங்கும். அவரது அலமாரித் தேர்வுகள் வாழ்க்கையைவிடப் பெரிய உருவத்தை முன்னிறுத்துவதற்கான அவரது விருப்பத்தை எடுத்துக்காட்டுகின்றன. கடாஃபியின் வாழ்க்கை முறை ஆடம்பரமான நிகழ்வுகள் மற்றும் கொண்டாட்டங்களால் குறிக்கப்பட்டது. அவரது அதிகப்படியான செலவுகளால் நிதி பொறுப்பைப் புறக்கணிப்பதைக் காட்டியது.

2009ம் ஆண்டில் கடாஃபியின் 40வது ஆண்டு கொண்டாட்டம் இசை நிகழ்ச்சிகள், வாணவேடிக்கைகள், சர்வதேச கலைஞர்களின் இசை நிகழ்ச்சிகளைக் கொண்ட ஓர் ஆடம்பரமான நிகழ்வாகும். இத்தகைய நிகழ்வுகளின் செலவு பல லிபியர்கள் எதிர்கொள்ளும் பொருளாதாரச் சவால்களுக்கு முற்றிலும் முரணாக இருந்தது. கடாஃபி தனது ஒவ்வொரு தேவைகளையும் விருப்பத்தையும் பூர்த்தி செய்ய ஒரு கணிசமான பரிவாரத்தைப் பராமரித்து, தனது பேரரசர் போன்ற வாழ்க்கை முறையை வாழ்ந்தார். கடாஃபியின் தனிப்பட்ட பரிவாரங்களில் பாதுகாப்பு பணியாளர்கள், சமையல்காரர்கள், தனிப்பட்ட உதவியாளர்கள், அவரது அன்றாடத் தேவைகளைப் பூர்த்தி செய்த பிற ஊழியர்கள் போன்றோர் இருந்தனர். அவரது வாழ்க்கை முறை அவரது வசதியை உறுதி செய்வதற்காக அர்ப்பணிக்கப்பட்ட ஒரு பெரிய குழுவை நம்பியிருந்தது.

கடாஃபியின் வாழ்க்கை முறை ஒரு பேரரசரின் வாழ்க்கை முறையை ஒத்திருந்தது, ஆடம்பரமான குடியிருப்புகள், ஆடம்பரமான போக்குவரத்து, ஆடம்பரமான அலமாரிகள், இனிமையான நிகழ்வுகள், கணிசமான தனிப்பட்ட பரிவாரங்கள் ஆகியவற்றைக் கொண்டிருந்தது. அவரது அதிகப்படியான செலவு, பல லிபியர்கள் எதிர்கொள்ளும் பொருளாதார யதார்த்தங்களை புறக்கணிப்பது, அவரது வாழ்க்கை முறைக்கும் அவரது குடிமக்கள் அனுபவிக்கும் நிலைமைகளுக்கும் இடையிலான அப்பட்டமான ஏற்றத்தாழ்வை அடிக்கோடிட்டுக் காட்டியது. கடாஃபியின் பேரரசர் போன்ற வாழ்க்கை முறை, அவர் ஆட்சி செய்த மக்களின் கவலைகளிலிருந்து துண்டிக்கப்பட்ட ஒரு தலைவர் என்ற அடையாளத்துக்குப் பங்களித்தது.

12. கடாஃபியின் தவறுகளும் மரணமும்

கடாஃபியின் மிகப் பெரிய தவறுகளில் ஒன்று, அதிகாரத்தைத் தக்கவைத்துக் கொள்வதற்காக அடக்குமுறைகளையும் மனித உரிமை மீறல்களையும் பயன்படுத்தியது. அவரது ஆட்சி வன்முறை, அச்சுறுத்தல் மூலம் எதிர்ப்பை மௌனமாக்கியது. இது பரவலான துன்பத்திற்கும் அச்சத்தின் சூழலுக்கும் வழிவகுத்தது.

1996 அபு சலீம் சிறைப் படுகொலை, 1,200க்கும் மேற்பட்ட கைதிகள் கொல்லப்பட்டது. 2011ல் அரசுக்கு எதிரான போராட்டங்களை ஒடுக்கியது ஆகியவை கடாஃபியின் மிருகத்தனமான வழிமுறைகளுக்கு எடுத்துக்காட்டுகள்.

மனித உரிமைக் கவலைகளை அவர் கவனிக்கத் தவறியது சர்வதேச கண்டனத்திற்கு வழிவகுத்து உள்நாட்டு அதிருப்தியை அதிகரித்தது. கட்டுப்பாட்டை இழந்துவிடுவோம் என்ற கடாஃபியின் அச்சமும், தனது ஆட்சிக்கு எதிரான எந்தவொரு எதிர்ப்பையும் அடக்குவதற்கான அவரது விருப்பமும் அவரை அடக்குமுறை நடவடிக்கைகளைப் பயன்படுத்தத் தூண்டியது. தனது ஆட்சியின் இருப்பை உறுதி செய்ய அதிகாரத்தின் மீது இறுக்கமான பிடியை வைத்திருப்பது அவசியம் என்று அவர் நம்பினார். இந்த நடவடிக்கைகள் அவரது சர்வதேச நற்பெயருக்குக் களங்கம் விளைவித்ததோடு, மேற்கத்திய நாடுகள் விதித்த பொருளாதாரத் தடைகளுக்கும் வழிவகுத்தன.

கடாஃபி சர்வதேசப் பயங்கரவாதத்தை ஆதரித்ததும், பல்வேறு பயங்கரவாத செயல்களில் ஈடுபட்டதும் லிபியாவின் உலகளாவிய நிலைப்பாட்டில் கடுமையான விளைவுகளை ஏற்படுத்திய ஒரு பெரிய தவறு. 1988ம் ஆண்டில் ஸ்காட்லாந்தின் லாக்கர்பி மீது பான்ம் விமானம் 103 மீது குண்டு வீசியது. 1989ம் ஆண்டில் யுடிஏ விமானம் 772 மீது குண்டு வீசியது. கடாஃபியின் இந்த நடவடிக்கைகளால் நூற்றுக்கணக்கான அப்பாவி பொதுமக்கள் கொல்லப்பட்டனர். கடாஃபி தனது மேற்கத்திய எதிர்ப்பு நிலைப்பாட்டின் ஒரு பகுதியாகவும், லிபியாவின் எல்லைகளுக்கு அப்பால் செல்வாக்கைச் செலுத்துவதற்கான அவரது விருப்பத்தின் ஒரு பகுதியாகவும் பயங்கரவாத குழுக்களை ஆதரித்தார்.

பயங்கரவாத நடவடிக்கைகளை ஆதரிப்பது மேற்கத்திய ஆதிக்கத்தை எதிர்க்கும் ஒரு தலைவர் என்ற தனது முத்திரையை ஆழமாகப் பதிக்கும் என்று அவர் நம்பினார். பயங்கரவாதத்தில் கடாஃபியின் ஈடுபாடு சர்வதேச தனிமைப்படுத்தல் மற்றும் பொருளாதாரத் தடைகளுக்கு வழிவகுத்தது. இது உலக அரங்கில் லிபியாவின் நற்பெயரை கடுமையாகச் சேதப்படுத்தியது. இதன் விளைவாக ஏற்பட்ட பொருளாதார நெருக்கடிகள் உள்நாட்டு அதிருப்தியை அதிகப்படுத்தியது.

லிபியாவின் பொருளாதாரம் மற்றும் வளங்களை கடாஃபி தவறாக நிர்வகித்தது நாட்டின் வளர்ச்சியை தடுக்கும் ஒரு குறிப்பிடத்தக்கத் தவறு. எண்ணெய் உற்பத்தி செய்யும் முக்கிய நாடாக இருந்தபோதிலும், கடாஃபியின் பொருளாதாரக் கொள்கைகள் பரவலான வறுமை மற்றும் வேலையின்மைக்கு வழிவகுத்தன. அவரது ஒழுங்கற்ற முடிவு, உள்கட்டமைப்பில் முதலீடு இல்லாதது பொருளாதார தேக்கத்திற்குப் பங்களித்தது. கடாஃபி பிரம்மாண்டமான திட்டங்களைத் தொடர்வதிலும், உள்நாட்டு வளர்ச்சியைவிடச் சர்வதேச நோக்கங்களுக்கு நிதியளிப்பதிலும் உறுதியாக இருந்ததால் பொருளாதார வளங்கள் தவறாக ஒதுக்கப்பட்டன. லிபிய மக்களின் தேவைகளைவிட அதிகாரத்தைப் பராமரிப்பதில் அவர் கவனம் செலுத்தினார்.

தவறான பொருளாதார நிர்வாகம் பொதுமக்களின் அதிருப்தியைத் தூண்டியது. இது 2011 எழுச்சியில் உச்சக்கட்டத்தை எட்டியது. இதன் விளைவாக ஏற்பட்ட பொருளாதாரச் சவால்கள் மனக்குறைகளை அதிகப்படுத்தி அவரது ஆட்சியின் வீழ்ச்சிக்குப் பங்களித்தன. அடக்குமுறை,

பயங்கரவாதத்திற்கு ஆதரவு, பொருளாதாரச் சீர்கேடு உள்ளிட்ட முஅம்மர் கடாஃபியின் மிகப் பெரிய தவறுகள், அதிகாரத்தைத் தக்கவைத்துக்கொள்ளவும், மேற்கத்திய செல்வாக்கை எதிர்க்கவும், தனது சித்தாந்தங்களை மேம்படுத்தவும் அவர் விரும்பியதன் கலவையால் தூண்டப்பட்டன. இந்தத் தவறுகள் நீண்டகால விளைவுகளை ஏற்படுத்தி, உள்நாட்டு அதிருப்தி, சர்வதேச தனிமைப்படுத்தல் என இறுதியில் அவரது வீழ்ச்சிக்கு வழிவகுத்தன.

காலனித்துவ எதிர்ப்பு நிலைப்பாடு, பான்—ஆப்பிரிக்க முயற்சிகள், சமூக முன்முயற்சிகளுக்காகச் சிலர் அவரை ஒரு நாயகனாகப் பார்க்கிறார்கள். மற்றவர்கள் அவரது மனித உரிமை மீறல்கள், பயங்கரவாதத்திற்கு ஆதரவு, சர்வாதிகார ஆட்சி காரணமாக அவரை ஒரு குற்றவாளி என்று முத்திரை குத்துகிறார்கள்.

கடாஃபி பல ஆப்பிரிக்க விடுதலை இயக்கங்களை ஆதரித்ததோடு, காலனித்துவ ஒடுக்குமுறையிலிருந்து விடுபட நட்பு நாடுகளுக்கு நிதி உதவியும் வழங்கினார். ஆப்பிரிக்க ஒன்றியத்தின் ஊடாக ஆப்பிரிக்க ஒற்றுமைக்காக அவர் வாதிட்டது கண்டத்தின் முன்னேற்றத்திற்கான அவரது அர்ப்பணிப்பை எடுத்துக்காட்டியது. லிபிய மக்களின் வாழ்க்கைத் தரத்தை உயர்த்துவதை நோக்கமாகக் கொண்ட சமூக நலத் திட்டங்களைக் கடாஃபியின் ஆட்சி செயல்படுத்தியது. அவரது அரசாங்கம் சுகாதாரம், கல்வி, உள்கட்டமைப்பு திட்டங்களில் முதலீடு செய்தது, இது பல லிபியர்களின் வாழ்க்கைத் தரத்தை மேம்படுத்த வழிவகுத்தது. கடாஃபி மனித மேம்பாட்டில் காட்டிய கவனம் குடிமக்களுக்கு இலவச சுகாதாரம் மற்றும் கல்வியை வழங்குவதற்கான அவரது முயற்சிகளில் தெளிவாகத் தெரிந்தது.

கடாஃபி தொடர்ந்து மேற்கத்திய தலையீடுகளை எதிர்த்தார். 2003 ஈராக் போரைக் கண்டித்தார். அரபு மற்றும் ஆப்பிரிக்கத் தன்னிறைவுக்காக வாதிட்டார். மேற்கத்திய சக்திகள் மீதான அவரது விமர்சனம் அவரை தேசியப் பாதுகாவலராகப் பார்த்தவர்களிடையே எதிரொலித்தது. கடாஃபியின் குற்றத்தன்மை அவரது ஆட்சியின் பரவலான ஒடுக்குமுறை, சித்திரவதை, மனித உரிமை மீறல்களில் வேரூன்றியுள்ளது, அவை எதிர்ப்பை நசுக்க பயன்படுத்தப்பட்டன.

1996ம் ஆண்டு நடந்த அபு சலீம் சிறைப் படுகொலை, 1,200க்கும் மேற்பட்ட கைதிகள் கொல்லப்பட்டது, 2011ல் அரசுக்கு

எதிரான போராட்டங்களை வன்முறையாக ஒடுக்கியது ஆகியவைக் கடாஃபியின் மிருகத்தனமான வழிமுறைகளை வெளிப்படுத்தின. அவரது ஆட்சியின் நடவடிக்கைகள் பெரும் துன்பத்தையும் உயிர்ச்சேதத்தையும் ஏற்படுத்தின. கடாஃபியின் குற்றச் செயல்கள் சர்வதேசப் பயங்கரவாதத்தை ஆதரிப்பதன் எடுத்துக்காட்டாகும். இது பல தாக்குதல்களுக்கு, அப்பாவி உயிர் இழப்புகளுக்கு வழிவகுத்தது.

1988ம் ஆண்டின் லாக்கர்பி குண்டுவெடிப்பு மற்றும் யுடிஏ விமானம் 772 குண்டுவீச்சில் கடாஃபிக்கு தொடர்பு இருந்தது. இந்தப் பயங்கரவாத செயல்கள் மூலம் நூற்றுக்கணக்கான பொதுமக்கள் மரணித்தனர். இது சர்வதேசக் கண்டனத்திற்கு வழிவகுத்தது. லிபியாவுக்குள் அரசியல் சுதந்திரத்தையும் அதிருப்தியையும் நசுக்கிய அவரது சர்வாதிகார ஆட்சிக்குக் கடாஃபியின் குற்றத்தன்மை நீட்டிக்கப்பட்டது. அவரது ஆட்சி ஊடகங்கள், கல்வி, அரசியல் உரையாடல்கள் மீது இறுக்கமான கட்டுப்பாட்டைக் கொண்டிருந்தது. இது அரசியல் சுதந்திரம் மற்றும் கருத்துச் சுதந்திரத்தின் பற்றாக்குறைக்கு வழிவகுத்தது. அவரது காலனித்துவ எதிர்ப்பு முயற்சிகள், ஆப்பிரிக்க ஒற்றுமைக்கான ஆதரவு, சமூக முன்முயற்சிகள் போன்றவை சிலரால் பாராட்டப்பட்டாலும், அவரது மனித உரிமை மீறல்கள், பயங்கரவாதத்திற்கான ஆதரவு ஆகியவை சர்வாதிகார ஆட்சியைப் புறக்கணிக்கத் தூண்டியது.

கடாஃபியின் பாரம்பரியம் தலைவர்கள் பெரும்பாலும் பன்முக ஆளுமைகள் என்பதை நினைவூட்டுகிறது, அவர்களின் நடவடிக்கைகள் ஒரே நேரத்தில் ஊக்கமளிக்கவும் தீங்கு விளைவிக்கவும் முடியும். இது ஒரு சிக்கலான மற்றும் நுணுக்கமான வரலாற்றுப் பதிவை விட்டுச் செல்கிறது.

2011 அக்டோபரில், கடாஃபியின் விசுவாசிகளுக்கும் அரசாங்க எதிர்ப்புப் படைகளுக்கும் இடையிலான மோதல் தீவிரமடைந்தபோது, கடாஃபியின் கோட்டையான சிர்ட்டே நகரம் இறுதி மோதலின் மையமாக மாறியது. சர்வதேசச் சமூகம் நிலைமையை உன்னிப்பாகக் கண்காணித்து வந்தது. கடாஃபிக்கு வேறு வழிகள் இல்லாமல் போய்விட்டது. லிபியாவின் பெரும்பகுதி மீது கடாஃபியின் ஆட்சி கட்டுப்பாட்டை இழந்துவிட்டது. சிர்ட்டே அவரது கட்டுப்பாட்டின் கீழ் இருந்த கடைசிக் கோட்டைகளில் ஒன்றாகும். அவரது விரக்தியான நிலைமை அவரது சாத்தியமான தலைவிதியைப் பற்றிய ஊகங்களுக்கு வழிவகுத்தது.

எதிர்ப்புப் படைகள் சிர்ட்டேவைக் கைப்பற்றியபோது, பிடிபடுவதிலிருந்தும் மரணத்திலிருந்தும் தப்பிக்க கடாஃபி நகரத்திலிருந்து தப்பிக்க முயன்றார். கடாஃபியின் கான்வாய் சிர்ட்டேவை விட்டு வெளியேற முயன்றது. நேட்டோ வான்வழித் தாக்குதல்கள் வாகன அணிவகுப்பைக் குறிவைத்து, வாகனங்களைச் செயலிழக்கச் செய்து, கடாஃபியை அருகிலுள்ள சாக்கடையில் தஞ்சமடையச் செய்தன. அவர் ஒரு வடிகால் குழாயில் பதுங்கியிருப்பதை அரசாங்க எதிர்ப்புப் போராளிகள் கண்டுபிடித்தனர். கடாஃபி பிடிபட்ட புகைப்படங்கள், காணொளிகள் உலகளவில் பரவின.

கடாஃபி தனது கடைசி தருணங்களில், மோசமான சூழ்நிலையிலும் சரணடைய மறுத்து, தொடர்ந்து எதிர்ப்பை வெளிப்படுத்தினார். கடாஃபி பிடிபடுவதை எதிர்த்ததாகவும், அரசு எதிர்ப்புப் படையினருடன் சிறிது நேரம் வாக்குவாதத்தில் ஈடுபட்டதாகவும் தகவல்கள் தெரிவிக்கின்றன. விட்டுக் கொடுக்க மறுத்தது, எதிரிகளுக்கு அடிபணியும் அவரது உறுதியையும் விருப்பமின்மையையும் வெளிச்சம் போட்டுக் காட்டியது. கடாஃபியின் இறுதி நடவடிக்கைகள் அவரது சர்ச்சைக்குரிய ஆட்சியின் உச்சக்கட்டமாகச் செயல்பட்டன.

அவரது கைது உலகளவில் கலவையான எதிர்வினைகளை எதிர்கொண்டது, சில லிபியர்கள் அவரது வீழ்ச்சியைக் கொண்டாடினர், மற்றவர்கள் அவரது முடிவின் வன்முறைத் தன்மையைப் பற்றிப் புலம்பினர். அவரது பிடிவாதமான நிலைப்பாடும் இறுதியில் ஒரு சாக்கடையில் கண்டுபிடிக்கப்பட்டதும் அவரது ஆட்சியின் முடிவையும், லிபியாவின் வரலாற்றில் ஒரு கொந்தளிப்பான அத்தியாயத்தின் முடிவையும் குறிக்கிறது.

கடாஃபி எப்படிக் கொல்லப்பட்டார் என்பதற்கு இன்றுவரை தெளிவான பதில் இல்லை. சிர்ட்டே ஆறு வழிச் சாலை அருகே உள்ள ஒரு வடிகால் குழாயில் பதுங்கியிருந்த அவரை எதிரிகள் சுட்டுக் கொன்றதாகக் கூறப்படுகிறது. அதே சமயம், தான் எதிரிகள் கையில் பிடிபடும் முன் தன்னை கொன்றுவிடுமாறு தனது பாதுகாவலர்களிடன் கடாஃபி கூறியதாகவும் அதனால் அவரது பாதுகாவலர்களே அவரை கொன்றுவிட்டதாகவும் சொல்லப்படுகிறது. இதில் எது உண்மை என்பதில் இதுவரை தெளிவில்லை.

கடாஃபியின் உடலை உணவுப் பொருட்களைப் பதப்படுத்தும் அறையில் நான்கு நாட்கள் ஒரு மெத்தையின் மீது

வைத்திருந்தனர். ரத்தம் சிதறியிருந்த அவரது உடலில் கிழிந்த நிலையில் இருந்த கால்சராய்யைத் தவிர வேறு உடை ஏதும் இல்லை. அவர் உடல் துணியால் போர்த்தப்படவும் இல்லை. பேரரசர் போல வாழ்ந்த அவரின் உடல் அனாதைப் பிணம்போலக் கிடத்தப்பட்டிருந்தது. பொதுமக்களின் பார்வைக்கு வைக்கப்பட்டிருந்த அவரது உடல் அழுகத் தொடங்கியதும் ரகசிய இடத்திற்கு அதைக் கொண்டுசென்றனர்.

2011ல் கடாஃபியின் மரணத்திற்குப் பின்னர், அவரது ஆட்சியின் நடவடிக்கைகளுக்குப் பதிலளிக்கும் விதமாகவும், இந்த வளங்கள் தவறாகப் பயன்படுத்தப்படுவதைத் தடுப்பதற்காகவும், பல நாடுகள் அவருக்கும் அவரது குடும்பத்தினருக்கும் தொடர்புடைய சொத்துகளை முடக்கி, பறிமுதல் செய்தன. கடாஃபியின் குடும்ப உறுப்பினர்கள், நெருங்கிய கூட்டாளிகளுக்குச் சொந்தமான சொத்துகள் உட்பட அவரது சொத்துகள் மீது ஐக்கிய நாடுகள் பாதுகாப்பு கவுன்சில் பொருளாதாரத் தடைகளை விதித்தது. இந்த நிதி மோதலைத் தூண்டவோ, சட்டவிரோத நடவடிக்கைகளுக்கு ஆதரவளிக்கவோ பயன்படுத்தப்படாது என்பதை உறுதிப்படுத்தியது.

கடாஃபியின் செல்வத்தின் முதன்மைப் பயனாளிகளில் அவரது குடும்ப உறுப்பினர்களும் அடங்குவர். இருப்பினும், குடும்ப உறுப்பினர்களிடையே சொத்துகளைப் பிரிப்பது தொடர்பாக சர்ச்சைகள் இருந்தன. கடாஃபியின் மகன் சைப் அல் இஸ்லாம் கடாஃபி அவரது வாரிசாகப் பார்க்கப்பட்டார். அவர் கைது செய்யப்பட்டு சிறையில் அடைக்கப்பட்ட பின்னரும், அவருக்குச் சொத்துகள் ஒதுக்கீடு செய்யப்பட்டது குறித்து ஊகங்கள் எழுந்தன. இதேபோல், கடாஃபியின் உயிர்ப் பிழைத்த குழந்தைகளுக்குச் சொத்துகளைப் பகிர்ந்தளித்தது கருத்து வேறுபாடுகளுக்கும் சட்டப் போராட்டங்களுக்கும் வழிவகுத்தது.

கடாஃபிக்குப் பிந்தைய லிபிய அரசு, லிபிய மக்களிடமிருந்து சட்டவிரோதமான வழிகளில் பெறப்பட்ட அல்லது முறைகேடாகப் பயன்படுத்தப்பட்ட சொத்துகளை மீட்க முயன்றது. கடாஃபி மற்றும் அவரது கூட்டாளிகளால் திருடப்பட்டதாக நம்பப்படும் வெளிநாட்டு வங்கிகள் மற்றும் நிறுவனங்களின் சொத்துகளை மீட்க லிபிய அரசாங்கம் சட்ட நடவடிக்கை எடுத்தது. இந்த முயற்சிகள் லிபியாவின் பொருளாதாரத்தை மீண்டும் கட்டியெழுப்புவதற்கு உரிய நிதியைத் திருப்பிவிடுவதை நோக்கமாகக் கொண்டிருந்தன.

கடாஃபியின் சொத்துகளைப் பகிர்ந்தளிக்கும் செயல்முறை பல்வேறு நாடுகள் மற்றும் அமைப்புகள் சம்பந்தப்பட்ட சர்வதேசச் சட்டப் போராட்டங்களால் மேலும் சிக்கலானது. முடக்கப்பட்ட சொத்துகள் மீது அரசாங்கங்களும் நிறுவனங்களும் தங்கள் உரிமைகளை உறுதிப்படுத்த முயன்றதால் வெவ்வேறு அதிகார வரம்புகளில் சட்டப் போராட்டங்கள் வெடித்தன. இந்தச் சர்ச்சைகள் ஒட்டுமொத்த விநியோகச் செயல்முறைக்குச் சிக்கலான அடுக்குகளைச் சேர்த்தன. மனித உரிமை மீறல்கள், பயங்கரவாதம், பிற அநீதிகளுக்காகக் கடாஃபியின் ஆட்சியில் பாதிக்கப்பட்டவர்களுக்கு இழப்பீடு வழங்குவது சொத்து பகிர்வு செயல்முறையின் ஒரு பகுதியாகும்.

கடாஃபி ஆட்சியுடன் தொடர்புடைய பயங்கரவாதம், மனித உரிமை மீறல்களால் பாதிக்கப்பட்டவர்களுக்கு இழப்பீடு வழங்கச் சில சொத்துகள் பயன்படுத்தப்பட்டன. இந்த முயற்சிகள் அவரது ஆட்சியில் பாதிக்கப்பட்டவர்களுக்கு ஓரளவு நீதியையும் அங்கீகாரத்தையும் வழங்குவதை நோக்கமாகக் கொண்டிருந்தன.

கடாஃபியின் தலைமையை ஆராய்வது ஒரு தலைவரின் தேசியப் பொறுப்புகள் மற்றும் தனிப்பட்ட அபிலாஷைகளுக்கு இடையிலான நுட்பமான சமநிலையைப் புரிந்துகொள்ள உதவுகிறது. லிபியாவின் பொருளாதாரத்தைத் தவறாக நிர்வகிப்பது, பயங்கரவாதத்தை ஆதரிப்பது போன்ற கடாஃபியின் முடிவுகள் பெரும்பாலும் அவரது மக்களின் நலனை விடத் தனிப்பட்ட நலன்களால் உந்தப்பட்டன. இது தலைவர்கள் தங்கள் குடிமக்களின் தேவைகளுக்கு முன்னுரிமை அளிப்பதன் முக்கியத்துவத்தை எடுத்துக்காட்டுகிறது.

கடாஃபியின் சர்வதேச ஈடுபாடு, சர்ச்சைக்குரிய நடவடிக்கைகள் உலகளாவிய உறவுகளின் தாக்கம் மற்றும் பல்வேறு நாடுகளுடன் ஈடுபடுவதன் விளைவுகள் குறித்த நுண்ணறிவுகளை வழங்குகின்றன. பயங்கரவாதத்திற்கு கடாஃபியின் ஆதரவும் அதைத் தொடர்ந்து தனிமைப்படுத்தப்படுவதும் சர்வதேச விதிமுறைகள் மற்றும் எதிர்பார்ப்புகளுக்கு முரணான கொள்கைகளை ஏற்றுக்கொள்வதன் விளைவுகளை எடுத்துக்காட்டுகின்றன. கடாஃபியின் வீழ்ச்சியும் அதைத் தொடர்ந்து லிபியாவில் ஏற்பட்ட ஸ்திரமின்மையும் வெளிநாட்டுத் தலையீட்டின் சிக்கல்களையும் அதன் சாத்தியமான நீண்டகால விளைவுகளையும் அடிக்கோடிட்டுக் காட்டுகின்றன.

கடாஃபியை அகற்றுவதில் பங்கு வகித்த நேட்டோ தலையீடு, அதன் பின்னர் ஸ்திரத்தன்மையை உறுதி செய்வதற்கான பொறுப்புடன் சர்வதேசத் தலையீட்டைச் சமநிலைப்படுத்தும் சிக்கலான சவால்களை எடுத்துக்காட்டுகிறது. சமூக நலத் திட்டங்கள், வளர்ச்சி திட்டங்களில் முதலீடு செய்வதற்கான கடாஃபியின் முயற்சிகள் சமூக நல்வாழ்வுக்கான வளங்களை ஒதுக்குவதற்கும் பிரம்மாண்டமான லட்சியங்களைப் பின்பற்றுவதற்கும் இடையிலான பதற்றத்தை வெளிச்சம் போட்டுக் காட்டுகின்றன. நேர்மறையான முன்முயற்சிகள், கேள்விக்குரிய செலவுகள் ஆகிய இரண்டையும் கொண்ட கடாஃபியின் கலவையான பதிவு, குடிமக்களின் தேவைகளுக்கு முன்னுரிமை அளிக்கும் பொறுப்பான தேர்வுகளைத் தலைவர்கள் மேற்கொள்வதன் முக்கியத்துவத்தை வலியுறுத்துகிறது.

கடாஃபியின் சமூக முன்முயற்சிகளை ஆராய்வது தலைவர்களின் நோக்கங்களின் நம்பகத்தன்மையையும், அத்தகைய திட்டங்கள் கையாளுதலின் கருவிகளாகச் செயல்படுவதற்கான சாத்தியத்தையும் கருத்தில் கொள்ள உதவுகிறது. கடாஃபி தனது மக்கள் மீதான அக்கறையின் சான்றாகச் சமூகத் திட்டங்களைக் கூறினாலும், அவை அவரது பிம்பத்தை வலுப்படுத்தவும் எதிர்ப்பை நசுக்கவும் பயன்படுத்தப்பட்டன. தலைமைத்துவம், சர்வதேச உறவுகள், ஆட்சியின் சிக்கல்கள் குறித்து அது வழங்கும் மதிப்புமிக்க பாடங்களுக்கு முஅம்மர் கடாஃபியை நினைவுகூருவது முக்கியம். கட்டுப்பாடற்ற அதிகாரத்தின் விளைவுகள், உலகளாவிய தொடர்புகளின் தாக்கம், ஒரு நாட்டின் தேவைகளுடன் தனிப்பட்ட நலன்களை சமநிலைப்படுத்துவதில் உள்ள சவால்கள் ஆகியவற்றை நினைவூட்டுவதாக அவரது பாரம்பரியம் செயல்படுகிறது.

முஅம்மர் கடாஃபி, அடால்ஃப் ஹிட்லர், முசோலினி, இடி அமீன் மற்றும் சதாம் உசேன் ஆகியோர் வரலாற்றில் செல்வாக்கு மிக்க நபர்கள். அவர்கள் அந்தந்த நாடுகளிலும் உலகிலும் நீடித்த தாக்கங்களை ஏற்படுத்தினர். அவர்களின் பின்னணிகள், சித்தாந்தங்கள், சூழல்கள் கணிசமாக வேறுபட்டிருந்தாலும், அவர்களின் வாழ்க்கை, தலைமைத்துவப் பாணிகள், மரபுகளை ஒப்பிடும்போது சில ஒற்றுமைகள், வேறுபாடுகள் வரையப்படலாம்.

முஅம்மர் கடாஃபி

கடாஃபி ஓர் எளிய பெடோயின் குடும்பத்திலிருந்து வந்தவர். 1969ம் ஆண்டில் லிபியாவில் மன்னராட்சிக்கு எதிராக

வெற்றிகரமான ஆட்சிக்கவிழ்ப்பை வழிநடத்திய ராணுவ அதிகாரியாக உருவெடுத்தார். கடாஃபியின் எழுச்சிக்கு அவரது ஏகாதிபத்திய எதிர்ப்பு நிலைப்பாடு, மேற்கத்திய செல்வாக்கை எதிர்க்கும் ஒரு தற்சார்பு நாடாக லிபியாவை மாற்றுவதற்கான விருப்பம் ஆகியவை தூண்டிவிடப்பட்டன.

அடால்ஃப் ஹிட்லர்

முதலாம் உலகப் போருக்குப் பின்னர் ஜெர்மனியில் ஏற்பட்ட பொருளாதார ஸ்திரமின்மையைப் பயன்படுத்தி, நாஜிக் கட்சியின் மூலம் ஹிட்லர் அதிகாரத்திற்கு வந்தார். ஹிட்லர் தேசியவாத உணர்வுகளையும் பொருளாதார அதிருப்தியையும் சுரண்டினார், ஜெர்மனியின் பெருமையை மீட்டெடுப்பதாக உறுதியளித்தார், நாட்டின் துயரங்களுக்குப் பல்வேறு குழுக்களைப் பலிகடா ஆக்கினார்.

பெனிட்டோ முசோலினி

பத்திரிகையாளரும் சோசலிசவாதியுமான முசோலினி இத்தாலியில் தேசியப் பாசிசக் கட்சியை நிறுவி, சமூக அமைதியின்மையைப் பயன்படுத்தி 1922ல் தனது ஆட்சியை நிறுவினார். முசோலினி முதலாம் உலகப் போருக்குப் பிந்தைய நிலைமைகளால் பொதுமக்களின் விரக்தியை மூலதனமாக்கி, ஒரு பாசிச ஆட்சியின் மூலம் இத்தாலியின் வலிமையையும் பெருமையையும் மீட்டெடுப்பதாக உறுதியளித்தார்.

இடி அமீன்

உகாண்டாவில் 1971—ம் ஆண்டு ஆட்சிக் கவிழ்ப்பு மூலம் ஆட்சியைக் கைப்பற்றிய ராணுவ அதிகாரி இடி அமீன். அமீனின் எழுச்சி இனப் பிளவுகளைக் கையாள்வதன் மூலமும், உகாண்டாவில் ஸ்திரத்தன்மையையும் செழிப்பையும் கொண்டு வருவதாக வாக்குறுதியளிப்பதன் மூலமும் வகைப்படுத்தப்பட்டது. தனது ராணுவப் பின்புலத்தைப் பயன்படுத்தி ஆதரவைப் பெற்றார்.

சதாம் ஹூசைன்

ஈராக்கில் பாத் கட்சியின் முக்கிய உறுப்பினராக இருந்த ஹூசைன், இறுதியில் அதன் தலைவரானார். அரசியல் சூழ்ச்சி, ராணுவ பலத்தின் கலவையால் அதிகாரத்திற்கு உயர்ந்தார். ஈராக்கின் அரசியல் ஸ்திரமின்மையை மூலதனமாகக் கொண்ட ஹூசைன், இறுதியில் 1979ல் அதிபரானார். அவரது தலைமைத்துவம் எதேச்சதிகாரக் கட்டுப்பாடு, எதிர்ப்பை ஒடுக்குதல் ஆகியவற்றால் வகைப்படுத்தப்பட்டது.

முஅம்மர் கடாஃபி

முதலாளித்துவம், சோசலிசம், நேரடி ஜனநாயகத்தின் கூறுகளை ஒருங்கிணைப்பதை நோக்கமாகக் கொண்ட மூன்றாம் உலகளாவிய கோட்பாட்டில் கோடிட்டுக் காட்டப்பட்ட தனது சொந்தச் சித்தாந்தத்தைக் கடாஃபி உருவாக்கினார். கடாஃபியின் சித்தாந்தம் ஆப்பிரிக்க ஒற்றுமை, காலனித்துவ எதிர்ப்பு, மேற்கத்திய மேலாதிக்கத்திற்கு எதிர்ப்பு ஆகியவற்றை வலியுறுத்தியது. அவர் சமூக நலத் திட்டங்களைச் செயல்படுத்தினார், பான்—ஆப்பிரிக்க முன்முயற்சிகளைப் பின்பற்றினார்.

ஹிட்லர்

ஹிட்லர் தேசியவாதம், இனத்தூய்மை, யூத எதிர்ப்பு என்ற தீவிரவாத வடிவத்தைப் பரப்பினார். இவரது நாஜி ஆட்சி ஆரிய மேலாதிக்க இனத்தை உருவாக்கி ஜெர்மானிய நிலப்பரப்பை விரிவுபடுத்துவதை நோக்கமாகக் கொண்டிருந்தது. ஹிட்லரின் ஆட்சி யூதர்களுக்கு எதிராகப் பாரபட்சமான சட்டங்களை அமல்படுத்தியது. ராணுவ வெற்றிகள் மூலம் ஆக்ரோஷமான விரிவாக்கத்தைத் தொடர்ந்தது. இதன் விளைவாக லட்சக்கணக்கான மக்கள் இனப்படுகொலை செய்யப்பட்டனர்.

முசோலினி

முசோலினியின் சித்தாந்தம் பாசிசத்தில் வேரூன்றியிருந்தது, இது தேசியவாதம், சர்வாதிகாரம், ராணுவ வாதம், தீவிர தேசியவாதம் ஆகியவற்றால் வகைப்படுத்தப்பட்டது. முசோலினியின் ஆட்சி மாற்றுக்கருத்தை அடக்கி, அதிகாரத்தை மையப்படுத்தியது. தனிநபர் தேசத்திற்கும் அதன் தலைவருக்கும் அடிபணியும் ஒரு சர்வாதிகார அரசை உருவாக்குவதை நோக்கமாகக் கொண்டது.

இடி அமீன்

அமீனின் பாரம்பரியம் மிகவும் எதிர்மறையானது. அவரது கொடூரமான ஆட்சி, மனித உரிமை மீறல்கள், உகாண்டாவில் ஸ்திரமற்ற செல்வாக்கு ஆகியவற்றால் குறிக்கப்படுகிறது. அமீனின் மரபு வன்முறை, நிலையற்ற தன்மை, நிறுவனங்களின் சரிவு ஆகியவற்றில் ஒன்றாகும். அவர் இனக்குழுக்களை வெளியேற்றியதும், மிருகத்தனமான வழிமுறைகளும் அவருக்குச் சர்வதேசக் கண்டனத்தைப் பெற்றுத் தந்தன.

சதாம் ஹூசைன்

ஹூசைனின் ஆட்சி பரவலான மனித உரிமை மீறல்களுடன், கட்டுப்பாட்டைத் தக்க வைத்துக் கொள்ள வன்முறையையும் அச்சத்தையும் பயன்படுத்தியது. ஈராக்கின் செல்வாக்கையும் வளங்களையும் விரிவுபடுத்துவதை நோக்கமாகக் கொண்டு ஈரான் மற்றும் குவைத்திற்கு எதிராக ஆக்ரோஷமான போர்களை அவர் நடத்தினார்.

முஅம்மர் கடாஃபி

கடாஃபியின் தலைமைத்துவம் எதேச்சதிகாரம், ஆளுமை வழிபாடு, மாற்றுக்கருத்துக்களை ஒடுக்குதல் ஆகியவற்றால் வகைப்படுத்தப்பட்டது. அவர் ஒரு பரவலான பாதுகாப்பு எந்திரத்தை நிறுவினார். சித்திரவதைகள், மரணதண்டனைகள் உள்ளிட்ட மிருகத்தனமான வழிமுறைகள் மூலம் எதிர்ப்பை அமைதிப்படுத்தினார். அவரது படம் பொது இடங்களில் பிரதானமாக வைக்கப்பட்டது.

ஹிட்லர்

ஹிட்லர் பொதுமக்களின் கருத்தைக் கையாள்வதற்கும், ஊடக நிறுவனங்களைக் கட்டுப்படுத்துவதற்கும், தனது ஆட்சிக்கு எதிரான எந்தவொரு எதிர்ப்பையும் அமைதிப்படுத்துவதற்கும் பிரச்சாரத்தைப் பயன்படுத்தினார். நாஜி பிரச்சாரத்தில் அவரது பிம்பமும் சித்தாந்தங்களும் மகிமைப்படுத்தப்பட்டன.

முசோலினி

முசோலினியின் தலைமைத்துவம் பிரச்சாரம், தணிக்கை, இத்தாலியின் பலம் மற்றும் ஏகாதிபத்திய அபிலாஷைகளை முன்னிறுத்துவதில் வலுவான வலியுறுத்தல் ஆகியவற்றின் கலவையால் வகைப்படுத்தப்பட்டது. முசோலினி தனது ஆட்சியைப் பெருமைப்படுத்த பிரச்சாரத்தைப் பயன்படுத்தினார், தன்னைச் சுற்றி ஓர் ஆளுமை வழிபாட்டு முறையை உருவாக்கினார். பொது உரையாடல்களின் மீது கட்டுப்பாட்டைப் பராமரிக்கத் தணிக்கையை நம்பினார்.

இடி அமீன்

அமீனின் ஆட்சிச் சட்டத்திற்குப் புறம்பான கொலைகள், சித்திரவதைகள், இன மற்றும் மத சிறுபான்மையினரை வெளியேற்றுவதில் இழிபுகழ் பெற்றது. அவரது ஒழுங்கற்ற முடிவு, ஒழுங்கற்ற நடத்தை ஆகியவை உகாண்டாவின் நிலையற்ற தன்மைக்குப் பங்களித்தன.

சதாம் ஹுசைன்

ஆக்கிரமிப்பு கொள்கைகள், ராணுவ வாதத்தின் மூலம் பிராந்தியத்தில் ஈராக்கின் மேலாதிக்கத்தை உறுதிப்படுத்த ஹுசைன் முயன்றார். ஈரான் மற்றும் குவைத் மீதான ஹுசைனின் படையெடுப்பும், அதைத் தொடர்ந்து நடந்த வளைகுடாப் போரும், அவரது விரிவாக்கவாத அபிலாஷைகளையும் சர்வதேச விதிமுறைகளைப் புறக்கணிப்பதையும் வெளிச்சமிட்டன. அவரது நடவடிக்கைகள் பிராந்தியத்தை நிலைகுலையச் செய்து ஈராக்கிற்குக் கடுமையான விளைவுகளுக்கு வழிவகுத்தன.

முஅம்மர் கடாஃபி

கடாஃபியின் பாரம்பரியம் கலவையானது. அவரது ஏகாதிபத்திய எதிர்ப்பு நிலைப்பாடு, பான்—ஆப்பிரிக்க முயற்சிகள் சமூக திட்டங்களுக்காக மட்டுமல்லாமல், மனித உரிமை மீறல்கள், பயங்கரவாதத்திற்கு ஆதரவு, பொருளாதார தவறான நிர்வாகத்திற்காகவும் அவர் நினைவுகூரப்படுகிறார். 2011ம் ஆண்டில் அரபு வசந்தத்தின் போது கடாஃபியின் வீழ்ச்சி அவரது ஆட்சியின் வீழ்ச்சிக்கும் அதைத் தொடர்ந்து லிபியாவில் குழப்பத்திற்கும் வழிவகுத்தது, பிளவுபட்ட நாடு ஸ்திரத்தன்மையை நிறுவப் போராடுகிறது.

ஹிட்லர்

ஹிட்லரின் மரபு மிகவும் எதிர்மறையானது; அவர் ஹோலோகாஸ்ட், இரண்டாம் உலகப் போர் மற்றும் லட்சக்கணக்கானவர்களின் மரணம் மற்றும் துன்பத்துடன் தொடர்புடையவர். ஹிட்லரின் ஆக்ரோஷமான விரிவாக்கவாதம் இரண்டாம் உலகப் போருக்கு வழிவகுத்தது, இதன் விளைவாகப் பாரிய அழிவு, உயிர் இழப்பு மற்றும் ஹோலோகாஸ்டின் போது ஆறு மில்லியன் யூதர்களின் திட்டமிட்ட இனப்படுகொலை ஏற்பட்டது.

முசோலினி

முசோலினியின் பாரம்பரியம் பெரும்பாலும் எதிர்மறையாக உள்ளது, இது நாஜி ஜெர்மனியுடனான அவரது அணிசேர்ப்பு, இத்தாலியின் ராணுவமயமாக்கல், யூத—எதிர்ப்பு சட்டங்களை அறிமுகப்படுத்துதல் ஆகியவற்றால் குறிக்கப்படுகிறது. இரண்டாம் உலகப் போரின் போது இத்தாலியின் வீழ்ச்சிக்கு முசோலினியின் பாசிச ஆட்சி பங்களித்தது, ஹிட்லருடன்

அவர் ஒத்துழைத்தது, அட்டூழியங்களில் ஈடுபட்டது அவரது வரலாற்றுப் பதிவில் ஒரு கறையை விட்டுச் சென்றுள்ளது.

இடி அமீன்

அமீனின் தலைமை உகாண்டாவில் பேரழிவுகரமான தாக்கத்தை ஏற்படுத்தியது. இது பரவலான துன்பம் மற்றும் நிலையற்ற தன்மைக்கு வழிவகுத்தது. அமீனின் ஆட்சி பொருளாதார வீழ்ச்சி, அரசியல் ஒடுக்குமுறை, பயங்கரவாத ஆட்சி ஆகியவற்றால் குறிக்கப்பட்டது. இதன் விளைவாக ஆயிரக்கணக்கானோர் இறந்தனர். அவரது ஒழுங்கற்ற நடத்தை மற்றும் பொறுப்பற்ற கொள்கைகள் உகாண்டாவை கொந்தளிப்பில் ஆழ்த்தியது.

சதாம் ஹுசைன்

ஹுசைனின் பாரம்பரியம் அவரது ஆக்கிரமிப்பு, மனித உரிமை மீறல்கள் மற்றும் பிராந்திய ஸ்திரமின்மையில் பங்கு ஆகியவற்றால் பெரிதும் எதிர்மறையாக உள்ளது. ஹுசைனின் காட்டுமிராண்டித்தனமான ஆட்சி, அண்டை நாடுகளுக்கு எதிரான ஆக்கிரமிப்பு, இறுதியில் அமெரிக்கா தலைமையிலான கூட்டணியால் கைது செய்யப்பட்டுத் தூக்கிலிடப்பட்டது ஆகியவை அவரது பாரம்பரியத்திற்குக் களங்கம் விளைவித்து ஈராக்கை ஸ்திரமின்மையில் தள்ளியது.

13. என்றும் அச்சம் தரும் கடாஃபி

முஅம்மர் கடாஃபி என்ற பெயர் அவர் இறந்து பல ஆண்டுகளுக்குப் பின்னரும் அச்சம் உள்ளிட்ட பலவிதமான உணர்வுகளையும் எதிர்வினைகளையும் தூண்டுகிறது. கடாஃபியின் சிக்கலான, சர்ச்சைக்குரிய பாரம்பரியம் லிபியா மற்றும் உலகச் சமூகத்தில் நீடித்த தாக்கத்தை ஏற்படுத்தியுள்ளது. முஅம்மர் கடாஃபி என்ற பெயரைக் கண்டு உலகெங்கிலும் உள்ள மக்கள் ஏன் இன்னும் பயப்படுகிறார்கள் என்பதற்கான காரணங்களைப் பற்றியும் அவரது நடவடிக்கைகள், கொள்கைகள் மற்றும் அவரது ஆட்சியின் விளைவுகளைக் குறித்தும் இங்குக் காண்போம்.

கடாஃபியின் பெயர் குறித்த நீடித்த அச்சத்திற்கான முக்கியக் காரணங்களில் ஒன்று அவரது கொடூரமான சர்வாதிகார ஆட்சியாகும். இது கருத்து வேறுபாடுகளைப் பரவலாக ஒடுக்குதல், மனித உரிமை மீறல்களால் வகைப்படுத்தப்படுகிறது. கடாஃபியின் அரசு எதிர்ப்பை அமைதிப்படுத்த வன்முறை, சித்திரவதை, தன்னிச்சையான கைதுகளைப் பயன்படுத்தியது. ஆயிரத்திற்கும் மேற்பட்ட அரசியல் கைதிகள் கொல்லப்பட்ட 1996ம் ஆண்டில் புகழ்பெற்ற அபு சலீம் சிறைப் படுகொலை அவரது ஆட்சியின் காட்டுமிராண்டித்தனத்திற்கு ஒரு கடுமையான சான்றாக நிற்கிறது.

கடாஃபி பயங்கரவாத அமைப்புகளுக்கு ஆதரவளித்ததும், சர்வதேச மோதல்களில் ஈடுபட்டதும் கடாஃபியை ஒரு ஸ்திரமற்ற நபராக நற்பெயருக்குப் பங்களித்தது. 1988ம் ஆண்டு ஸ்காட்லாந்தின் லாக்கர்பி மீது பான்ம் ஃப்ளைட் 103 குண்டு வீசியது உள்ளிட்ட பல்வேறு பயங்கரவாதச் செயல்களோடு கடாஃபியின் ஆட்சி தொடர்புடையது. போராளிக் குழுக்களுக்கும் மேற்கத்திய எதிர்ப்புக்கும் அவர் அளித்த ஆதரவு உலகளாவிய கவலைகளை அதிகரித்தது. கடாஃபியின் சர்வதேசத் தலையீடுகள், ஆக்ரோஷமான நடத்தை ஆகியவை உலக அரங்கில் அவரது நோக்கங்கள், நடவடிக்கைகள் குறித்த அச்சத்தைத் தூண்டின.

லிபியாவின் எல்லைகளுக்கு அப்பால் உள்ள மோதல்களில் கடாஃபியின் ஈடுபாடு, அண்டை நாடுகளை நிலைகுலையச் செய்வதற்கான அவரது முயற்சிகள், பல்வேறு பிராந்தியங்களில் கிளர்ச்சியாளர்களுக்கு ஆதரவு போன்றவை, அவர் பிராந்திய ஸ்திரத்தன்மைக்கு அச்சுறுத்தல் என்ற கருத்தை வலுப்படுத்தியது. கடாஃபியின் பேரழிவு ஆயுதங்கள் (Weapons of mass destruction) மற்றும் அணுசக்தி திறன்கள் பேரழிவு விளைவுகளுக்கான சாத்தியக்கூறுகள் குறித்த சர்வதேச அச்சங்களை அதிகரித்தன. கடாஃபியின் ரகசிய அணுசக்தித் திட்டம் 2000த்தின் முற்பகுதியில் அம்பலப்படுத்தப்பட்டது. இது பேச்சுவார்த்தைகளுக்கும் அவரது WMD திட்டங்களை அகற்றுவதற்கான அவரது உடன்பாட்டிற்கும் வழிவகுத்தது. இருப்பினும், அவரது முந்தைய அபிலாஷைகள் அவரது ஆட்சியின் அபாயங்களை அடிக்கோடிட்டுக் காட்டின.

அரபு வசந்தப் போராட்டங்கள், அதைத் தொடர்ந்து லிபியாவில் நடந்த உள்நாட்டுப் போர் ஆகியவற்றிற்கு கடாஃபியின் வன்முறையான எதிர்வினை, அதிகாரத்தைத் தக்கவைக்கத் தீவிர நடவடிக்கைகளைப் பயன்படுத்த விரும்பும் இரக்கமற்ற சர்வாதிகாரி என்ற அவரது பிம்பத்தை மேலும் உறுதிப்படுத்தியது. 2011ல் போராட்டக்காரர்கள் மீது கடாஃபி நடத்திய கொடூரமான அடக்குமுறையும், அவர் பதவி விலக மறுத்ததும் சர்வதேச ராணுவத் தலையீட்டிற்கு வழிவகுத்தது. இதன் விளைவாக அவரது வீழ்ச்சி ஏற்பட்டது. கடாஃபியின் வீழ்ச்சிக்குப் பின்னர் லிபியாவில் ஏற்பட்ட ஸ்திரமின்மை, கோஷ்டி மோதல்கள், பொருளாதாரச் சவால்கள், தீவிரவாதக் குழுக்களின் எழுச்சி ஆகியவற்றால் வகைப்படுத்தப்பட்டிருப்பது தொடர்ந்து அச்சங்களுக்குப் பங்களித்துள்ளது.

கடாஃபி அகற்றப்பட்டதால் ஏற்பட்ட அதிகார வெற்றிடம் பல்வேறு ஆயுதக் குழுக்களைக் கட்டுப்பாட்டிற்காகப் போட்டியிட அனுமதித்தது. இது தொடர்ந்து வன்முறை மற்றும் பாதுகாப்பின்மைக்கு வழிவகுத்து ஆயுதங்கள் பரவலும் லிபியாவிலிருந்து புலம்பெயர்வு நெருக்கடியும் பிராந்திய மற்றும் உலகளாவிய விளைவுகளை ஏற்படுத்தியுள்ளன. கடாஃபி என்ற பெயரின் நீடித்த அச்சம் அவரது கொடூரமான ஒடுக்குமுறை, பயங்கரவாதத்திற்கான ஆதரவு, அணுஆயுத அபிலாஷைகள், ஆக்கிரமிப்பு வெளியுறவுக் கொள்கைகள் லிபியா மற்றும் பரந்த பிராந்தியத்தில் அவரது ஆட்சி ஏற்படுத்திய ஸ்திரமின்மை தாக்கத்தின் விளைவாகும்.

சர்வாதிகார ஆட்சி, அரசியல் சூழ்ச்சி, குடிமக்களின் நலன், உலகின் ஸ்திரத்தன்மையைவிடத் தங்கள் தனிப்பட்ட நலன்களுக்கு முன்னுரிமை அளிக்கும் தலைவர்களின் விளைவுகள் ஆகியவற்றால் ஏற்படும் ஆபத்துக்களை கடாஃபியின் பாரம்பரியம் நினைவூட்டுகிறது.கடாஃபி நல்லவரா அல்லது தீயவரா என்பது அவரது சமூக முன்முயற்சிகள், ஏகாதிபத்திய எதிர்ப்பு நிலைப்பாடு, அத்துடன் அவரது சர்வாதிகாரம், மனித உரிமை மீறல்கள் மற்றும் சர்ச்சைக்குரிய நடவடிக்கைகள் ஆகியவற்றைக் கருத்தில் கொண்டு பல்வேறு கண்ணோட்டங்களைப் பொறுத்தது.

சாதகமான அம்சங்கள்

லிபியாவின் குடிமக்களின் வாழ்க்கையை மேம்படுத்துவதை நோக்கமாகக் கொண்ட சமூக நலத் திட்டங்களைக் கடாஃபியின் தலைமை செயல்படுத்தியது. அவர் சுகாதாரம், கல்வி மற்றும் உள்கட்டமைப்பில் முதலீடு செய்தார். இதன் விளைவாகக் கல்வியறிவு விகிதங்கள், மக்களுக்கான சுகாதார அணுகலில் குறிப்பிடத்தக்க முன்னேற்றங்கள் ஏற்பட்டன. மேற்கத்திய மேலாதிக்கத்திற்குக் கடாஃபியின் குரல் எதிர்ப்பும், பான்—ஆப்பிரிக்க ஒற்றுமைக்கான ஆதரவும் ஆப்பிரிக்கக் கண்டம் முழுவதும் காலனித்துவ எதிர்ப்பு உணர்வுகளுடன் எதிரொலித்தன.

கடாஃபி ஆப்பிரிக்காவில் விடுதலை இயக்கங்களை ஆதரித்தார், மேற்கத்திய செல்வாக்கிலிருந்து விடுபட்ட ஐக்கிய ஆப்பிரிக்காவுக்காக வாதிட்டார். வரலாற்று அதிகார இயக்கவியலைச் சவால் செய்வதற்கான அவரது உறுதிப்பாட்டை எடுத்துக்காட்டினார். கடாஃபியின் ஆட்சியின் கீழ், லிபியா எண்ணெய் வருவாயால் பொருளாதார வளர்ச்சியைச்

சந்தித்தது. இது, பல குடிமக்களின் வாழ்க்கைத் தரத்தில் முன்னேற்றத்திற்கு வழிவகுத்து வாழ்க்கைத் தரம் மேம்பட்டது. லிபியா அவரது பதவிக் காலத்தில் ஆப்பிரிக்காவில் மிக உயர்ந்த மொத்த உள்நாட்டு உற்பத்தி விகிதங்களைக் கொண்டிருந்தது.

சர்ச்சைக்குரிய அம்சங்கள்

கடாஃபி ஒரு பரவலான பாதுகாப்பு இயந்திரத்தை நிறுவினார். வன்முறை மற்றும் சிறைவாசத்தின் மூலம் எதிர்ப்பை அடக்கினார். வரையறுக்கப்பட்ட அரசியல் சுதந்திரங்கள், ஜனநாயக நிறுவனங்களின் வளர்ச்சியை நசுக்கினார். கடாஃபியின் ஆட்சி சித்திரவதை, சட்டத்திற்குப் புறம்பான கொலைகள் உள்ளிட்ட பரந்த மனித உரிமை மீறல்களில் ஈடுபட்டதாகப் பல அறிக்கைகள் மற்றும் சான்றுகள் தெரிவிக்கின்றன.

ஆயிரக்கணக்கானோர் கொல்லப்பட்ட அபு சலீம் சிறைப் படுகொலையும், அரசியல் கைதிகள் தொடர்ந்து சித்திரவதைச் செய்யப்படுவதும் அவரது தலைமையின் இருண்ட பக்கத்தைச் சுட்டிக் காட்டுகின்றன. பயங்கரவாத அமைப்புகளுக்குக் கடாஃபியின் ஆதரவு, சர்வதேச மோதல்களில் ஈடுபடுவது பிராந்தியங்களை நிலைகுலையச் செய்வதில் அவரது பங்கு குறித்து கவலைகளை எழுப்பியது. கடாஃபியின் ஆட்சி லாக்கர்பி குண்டுவெடிப்பு உள்ளிட்ட பயங்கரவாத நடவடிக்கைகளுடன் தொடர்புடையது. இது சர்வதேசத் தடைகள் மற்றும் தனிமைப்படுத்தலுக்கு வழிவகுத்தது.

அவர் சமூக நலத் திட்டங்களை அறிமுகப்படுத்தினார், ஆப்பிரிக்க ஒற்றுமைக்காக வாதிட்டார், பொருளாதார வளர்ச்சியை மேற்பார்வையிட்டார், அவரது தலைமை எதேச்சதிகாரம், மனித உரிமை மீறல்கள் மற்றும் சர்ச்சைக்குரிய சர்வதேச நடவடிக்கைகளால் சீர்குலைந்தது. கடாஃபியின் பாரம்பரியம் சிக்கலான ஒன்றாகும். அங்கு நேர்மறையான முன்முயற்சிகள், பங்களிப்புகள், தீங்கு விளைவிக்கும் சர்ச்சைக்குரிய முடிவுகளுடன் இணைக்கப்படுகின்றன. அவரது தலைமைத்துவத்தை மதிப்பிடுவதற்கு அவரது சாதனைகள் மற்றும் அவரது ஆட்சியின் தீங்கு விளைவிக்கும் விளைவுகள் இரண்டையும் அங்கீகரிக்கும் ஒரு சீரான முன்னோக்கு நமக்குத் தேவைப்படுகிறது.

அவரது ஆட்சி மக்களுக்குச் சில நன்மைகளைப் பற்றி நாம் பெருமைபேசிக் கொண்டாலும், அது லிபிய மக்களின் வாழ்க்கையைப் பாதிக்கும் குறிப்பிடத்தக்கக் குறைபாடுகளுடன்

உருவானது என்பதை நாம் மறந்துவிடக்கூடாது. கடாஃபியின் ஆட்சியின் கீழ்ப் பொதுமக்களின் வாழ்க்கையில் ஏற்பட்ட நன்மைகளைப் பற்றியும் தீமைகளைக் குறித்தும் மட்டும் இங்குக் காண்போம்.

கடாஃபியின் ஆட்சியின் நன்மைகள்

கடாஃபியின் ஆட்சியின் குறிப்பிடத்தக்க நன்மைகளில் ஒன்று லிபிய குடிமக்களின் வாழ்க்கைத் தரத்தை மேம்படுத்துவதை நோக்கமாகக் கொண்ட விரிவான சமூக நலத் திட்டங்களை அறிமுகப்படுத்தியது. கடாஃபி சுகாதாரம், கல்வி, வீட்டுவசதித் திட்டங்களில் பெருமளவில் முதலீடு செய்தார், இதன் விளைவாகச் சுகாதார அணுகல், கல்வி அடைதல், பல குடிமக்களின் வாழ்க்கை நிலைமைகளில் குறிப்பிடத்தக்க முன்னேற்றங்கள் ஏற்பட்டன.

கடாஃபியின் ஆட்சி பொருளாதார வளர்ச்சியின் ஒரு காலகட்டத்தை மேற்பார்வையிட்டது. இது பெரும்பாலும் எண்ணெய் வருவாயால் தூண்டப்பட்டது. இது மக்கள்தொகையில் ஒரு பகுதியினரின் செழிப்பை அதிகரிக்கப் பங்களித்தது. கடாஃபியின் ஆட்சிக் காலத்தில், உள்கட்டமைப்பு, நகர்ப்புற மேம்பாடு, பொதுச் சேவைகளில் கணிசமான முதலீடுகளுடன் வாழ்க்கைத் தரம் மேம்பட்டது. உணவு, எரிபொருள் பயன்பாடுகள் போன்ற அத்தியாவசிய பொருட்களுக்கு கடாஃபி மானியங்களைச் செயல்படுத்தினார். இது சாதாரண லிபியர்களின் வாழ்க்கைச் செலவைக் குறைக்க உதவியது.

இந்த மானியங்கள் அடிப்படைத் தேவைகள் மலிவு விலையில் இருப்பதை உறுதி செய்தன. குறிப்பாக வரையறுக்கப்பட்ட வழிகளைக் கொண்டவர்களுக்கு, அவர்களின் ஒட்டுமொத்த வாழ்க்கைத் தரத்தை மேம்படுத்தியது. கடாஃபியின் அரசாங்கம் நிலச்சீர்திருத்தக் கொள்கைகளைத் தொடங்கியது, இது மக்களுக்கு நிலத்தை மிகவும் சமமாகப் பகிர்ந்தளிப்பதை நோக்கமாகக் கொண்டது, கிராமப்புறச் சமூகங்களுக்கு வாய்ப்புகளை வழங்கியது. நில மறுபகிர்வு ஏற்றத்தாழ்வுகளைக் குறைக்கவும், விவசாய உற்பத்தியை மேம்படுத்தவும், விவசாயிகளுக்கு அதிகாரமளிக்கவும், உணவுப் பாதுகாப்பிற்குப் பங்களிக்கவும் முயன்றது.

கடாஃபியின் ஆட்சி முக்கிய தொழில்கள் மற்றும் வளங்களை தேசியமயமாக்கியது. இது பொதுச் சேவைகள் சமூகத் திட்டங்களில் முதலீடு செய்ய அரசாங்கத்தை

அனுமதித்தது. எண்ணெய் உற்பத்தி உள்ளிட்ட தொழில்கள் தேசியமயமாக்கப்பட்டதால் கல்வி, சுகாதாரம், பிற பொதுச் சேவைகளில் மறு முதலீடு செய்யப்பட்ட வருவாய்க் கிடைத்தது.

குறைபாடுகள்

கடாஃபியின் சர்வாதிகார ஆட்சி அரசியல் சுதந்திரங்களை நசுக்கியது, மாற்றுக்கருத்தை அடக்கியது, எதிர்ப்பை அடக்கியது. பேச்சு சுதந்திரம் மற்றும் ஒன்றுகூடும் சுதந்திரம் இல்லாதது குடிமக்கள் தங்கள் கருத்துக்களைக் கூற அல்லது அரசியல் செயல்பாட்டில் ஈடுபடும் திறனைக் கட்டுப்படுத்தியது, இது ஜனநாயக அமைப்புகளின் பற்றாக்குறைக்கு வழிவகுத்தது. சித்திரவதை, விசாரணையின்றிச் சிறையில் அடைத்தல், சட்டத்திற்குப் புறம்பான கொலைகள் உள்ளிட்ட பரவலான மனித உரிமை மீறல்கள் பற்றிய செய்திகள் கடாஃபியின் ஆட்சிக்குக் களங்கம் விளைவித்தன. அபு சலீம் சிறைப் படுகொலை போன்ற சம்பவங்கள் அவரது ஆட்சியில் அடிப்படை மனித உரிமைகள் புறக்கணிக்கப்படுவது குறித்து கவலைகளை எழுப்பின.

ஜனநாயகச் செயல்முறைகள் இல்லாதது முடிவெடுப்பதிலும் ஆட்சியிலும் பங்கேற்பதற்கான குடிமக்களின் திறனை மட்டுப்படுத்தியது. கடாஃபி அரசியல் அதிகாரத்தின் மீது இறுக்கமான கட்டுப்பாட்டை வைத்திருந்தார், வெளிப்படையான, பங்கேற்பு அரசியல் அமைப்பின் வளர்ச்சியைத் தடுத்தார். கடாஃபியின் ஆட்சி லிபிய மக்களுக்குச் சமூக நலத் திட்டங்கள், பொருளாதார மேம்பாடு, மானிய விலையில் வழங்கப்படும் அடிப்படைப் பொருட்கள் உட்பட சில நன்மைகளை வழங்கிய போதிலும், அது எதேச்சதிகாரம், மனித உரிமை மீறல்கள், அரசியல் சுதந்திரங்கள் தான வரம்புகள் ஆகியவற்றால் சீர்குலைந்தது.

கடாஃபியின் ஆட்சி கவிழ்க்கப்பட்டது லிபிய வரலாற்றில் ஒரு குறிப்பிடத்தக்கத் திருப்புமுனையைக் குறிக்கிறது. அவரது ஆட்சி நன்மை தீமைகள் இரண்டையும் கொண்டு வந்திருந்தாலும், அவரை அதிகாரத்திலிருந்து அகற்றும் செயல்முறை அதன் சொந்த செலவுகள் மற்றும் விளைவுகளுடன் வந்தது. கடாஃபியின் ஆட்சியிலிருந்து விலகியதால் லிபியாவில் அதிகார வெற்றிடம் ஏற்பட்டு அரசியல் மற்றும் ராணுவப் படைகள் சிதறடிக்கப்பட்டன. வலுவான மையப்படுத்தப்பட்ட அதிகாரம் இல்லாததால் பல்வேறு ஆயுதக் குழுக்கள் கட்டுப்பாட்டிற்காகப் போட்டியிட அனுமதிக்கப்பட்டன.

இதன் விளைவாகக் கோஷ்டி மோதல்கள் நடந்து வருகின்றன, அவை ஒரு ஒருங்கிணைந்த அரசாங்கத்தை நிறுவுவதைத் தடுக்கின்றன.

கடாஃபி அகற்றப்பட்டது ஒரு மனிதாபிமான நெருக்கடியைத் தூண்டியது, உள்நாட்டு இடப்பெயர்வு, அகதிகள் வன்முறை, நிலையற்ற தன்மையிலிருந்து தப்பிக்க மக்கள் நாட்டை விட்டு வெளியேறினர். பாதுகாப்பின்மை மற்றும் நிறுவனங்களின் முறிவு ஆகியவை வன்முறைக்கு உகந்த நிலைமைகளை உருவாக்கி, இடப்பெயர்வுக்கு வழிவகுத்தன. அகதிகள் நெருக்கடி இன்றளவும் தொடர்கிறது. போரின் போது நாட்டின் உள்கட்டமைப்பும் பொருளாதாரமும் கடுமையாகச் சேதமடைந்ததால், இந்த மாற்றம் பொருளாதார வீழ்ச்சிக்கு வழிவகுத்தது.

எண்ணெய் உற்பத்தி வசதிகள் உட்பட முக்கிய உள்கட்டமைப்புகளின் அழிவு, பொருளாதாரத்தைச் சீர்குலைத்து, பல லிபியர்களின் வாழ்க்கைத் தரத்தின் வீழ்ச்சிக்கு வழிவகுத்தது. அதிகார வெற்றிடம் லிபியாவில் தீவிரவாதக் குழுக்கள் காலூன்றுவதற்கான வாய்ப்புகளை உருவாக்கியது. ஐ.எஸ்.ஐ.எஸ் மற்றும் அல்—கொய்தா துணை அமைப்புகள் உட்படப் பல்வேறு தீவிரவாத குழுக்கள் இந்தக் குழப்பத்தைப் பயன்படுத்தி லிபியாவில் ஒரு இருப்பை நிறுவின. இது நாட்டிற்குள்ளும் அதற்கு அப்பாலும் ஸ்திரத்தன்மைக்கு அச்சுறுத்தலை ஏற்படுத்தியது.

செயல்படும் நிறுவனங்கள் இல்லாதது, தெளிவான மாற்றுத் திட்டம் இல்லாதது ஆகியவை பயனுள்ள நிர்வாகக் கட்டமைப்புகளை நிறுவுவதில் சவால்களுக்கு வழிவகுத்தன. கடாஃபியின் வீழ்ச்சிக்குப் பின்னர் ஒரு நிலையான அரசாங்கத்தை அமைப்பதற்கும் அடிப்படை சேவைகளை வழங்கக்கூடிய நிறுவனங்களை உருவாக்குவதற்குமான போராட்டம் லிபியாவின் முன்னேற்றத்திற்குத் தடையாக உள்ளது. கடாஃபியின் ஆட்சியிலிருந்து ஏற்பட்ட மாற்றம் அதிகாரத்திற்காகவும் கட்டுப்பாட்டிற்காகவும் போட்டியிடும் பல்வேறு பிரிவுகளுக்கு இடையிலான உள்நாட்டுப் போராக மாறியது. இது சாதாரண லிபியர்களின் வாழ்க்கையைப் பாதித்துள்ளது.

கடாஃபியின் வீழ்ச்சிக்குப் பங்களித்த நேட்டோ தலைமையிலான தலையீடு லிபியாவின் உள் விவகாரங்களில் வெளிநாட்டு உதவிகளும் வந்தன. வெளிநாட்டுத் தலையீடு

சிக்கலான இயக்கவியலை உருவாக்கியது. கடாஃபியின் வீழ்ச்சியைத் தொடர்ந்து லிபியாவின் ஸ்திரமின்மை மத்தியத் தரைக்கடல் வழியாக ஐரோப்பாவுக்குப் புலம்பெயர்வு அதிகரிப்பதற்குப் பங்களித்தது. சட்டம் ஒழுங்கு சீர்குலைந்ததால், புலம்பெயர்ந்தவர்களும் அகதிகளும் பாதுகாப்பான கரைகளைத் தேடினர். இது ஐரோப்பிய நாடுகள் எதிர்கொள்ளும் சவால்களை அதிகரித்தது.

கடாஃபியின் ஆட்சி அகற்றப்பட்டது லிபியாவில் ஜனநாயகத்தையும் செழிப்பையும் கொண்டுவருவதை நோக்கமாகக் கொண்டிருந்தாலும். இந்த மாற்று செயல்முறை குறிப்பிடத்தக்க இழப்புகளையும் நீண்டகால விளைவுகளையும் ஏற்படுத்தியது. நன்கு ஒருங்கிணைக்கப்பட்ட, கட்டமைக்கப்பட்ட மாற்றத் திட்டம் இல்லாதது, உள்நாட்டு பிளவுகளுடன் சேர்ந்து, நிலையற்ற தன்மை, தீவிரவாதம், மனிதாபிமான நெருக்கடிகள் தழைக்க அனுமதித்தது.

பான்—ஆப்பிரிக்க ஐக்கியம், ஏகாதிபத்திய எதிர்ப்பு ஆகியவற்றிற்காக கடாஃபியின் வலுவான வாதமானது காலனித்துவம், ஒடுக்குமுறைக்கு எதிராகப் போராடும் ஆப்பிரிக்க நாடுகளுடன் எதிரொலித்தது. தென்னாப்பிரிக்காவில் ஆப்பிரிக்கத் தேசியக் காங்கிரஸ் (ஏ.என்.சி) மற்றும் ஜிம்பாப்வேயில் ஜிம்பாப்வே ஆப்பிரிக்கத் தேசிய ஒன்றியம் (ஜானு) போன்ற பல்வேறு ஆப்பிரிக்க விடுதலை இயக்கங்களுக்குக் கடாஃபி நிதி மற்றும் தளவாட ஆதரவை வழங்கினார்.

கடாஃபி ஒன்றுபட்ட ஆப்பிரிக்கா என்ற கருத்தை முன்வைத்து ஆப்பிரிக்க ஒன்றியம் மற்றும் ஆப்பிரிக்கப் பொருளாதாரச் சமூகத்தை ஸ்தாபிக்க வழிவகுத்தார். ஒன்றுபட்ட ஆப்பிரிக்காவிற்கான அவரது பார்வை மேற்கத்திய மேலாதிக்கத்தை எதிர்கொள்வதையும் ஆப்பிரிக்கத் தன்னிறைவை ஊக்குவிப்பதையும் நோக்கமாகக் கொண்டிருந்தது. இது கண்டம் முழுவதும் உள்ள தலைவர்களின் பாராட்டைப் பெற்றது.

லிபியாவின் பரந்த எண்ணெய் இருப்புக்கள் மீதான கடாஃபியின் கட்டுப்பாடு, எண்ணெய்யை ஒரு ராஜதந்திரக் கருவியாகப் பயன்படுத்த அனுமதித்தது. எண்ணெய் சார்ந்த நாடுகளின் ஆதரவையும் செல்வாக்கையும் பெற்றது. லிபியாவின் ஒபெக் (Organization of the Petroleum Exporting Countries - OPEC) உறுப்புரிமை, எண்ணெய் உற்பத்தியைச்

சாதகமான வர்த்தக ஒப்பந்தங்கள் குறித்து பேச்சுவார்த்தை நடத்துவதற்கும், கூட்டணிகளை வளர்ப்பதற்கும், தனது உலகளாவிய அடையாளத்தை உயர்த்துவதற்கும் கடாஃபி பயன்படுத்திக் கொண்டார். கடாஃபி எண்ணெய் வருவாயைச் சமூக நலத் திட்டங்களுக்குத் திருப்பியதன் மூலம் லிபிய குடிமக்களின் வாழ்க்கை மேம்பட்டது, சர்வதேசக் கவனத்தை ஈர்த்தது.

இலவசச் சுகாதாரம், கல்வி, வீட்டுவசதித் திட்டங்களைச் செயல்படுத்துவது வாழ்க்கை நிலைமைகளை மேம்படுத்துவதற்கான அவரது உறுதிப்பாட்டை நிரூபித்தது, நேர்மறையான கருத்தை உருவாக்கியது. மேற்கத்திய மேலாதிக்கத்திற்கு கடாஃபியின் குரல் எதிர்ப்பு மற்றும் மேற்கத்திய தலையீடுகள் குறித்த அவரது விமர்சனம் ஆகியவை இதே போன்ற சவால்களை எதிர்கொள்ளும் பல நாடுகளுடன் எதிரொலித்தன. ஈராக் மீதான அமெரிக்க படையெடுப்பு போன்ற மேற்கத்திய ராணுவ நடவடிக்கைகள் மீதான அவரது விமர்சனம், உணரப்பட்ட ஏகாதிபத்திய முயற்சிகளுக்கு எதிராக நிற்க விரும்பும் ஒரு தலைவராக அவரை நிலைநிறுத்தியது.

பாலஸ்தீன நோக்கத்திற்காக கடாஃபியின் ஆதரவு, அரபு ஒற்றுமையை மேம்படுத்துவதற்கான அவரது முயற்சிகள் அரபு உலகில் அவரது செல்வாக்கை அதிகரித்தன. பாலஸ்தீன விடுதலை, அரபு ஒருங்கிணைப்புக்கான அவரது ஆதரவு அரபு முஸ்லீம் சமூகங்களின் விருப்பங்களுடன் இணைந்த ஒரு தலைவராக அவரது பிம்பத்தை உயர்த்தியது.

கடாஃபியின் தனித்துவமான பாணி, விசித்திரமான பொதுத் தோற்றங்கள் ஆகியவை அவரது வசீகர ஆளுமைக்குப் பங்களித்தன. அவரது தனித்துவமான பிம்பம், நம்பிக்கை மற்றும் கட்டுப்பாட்டை வெளிப்படுத்தும் அவரது திறனுடன் இணைந்து, உலகளாவிய ஊடக கவனத்தை ஈர்த்தது, அவரது பிரபலத்தை அதிகரித்தது. கடாஃபி தனது ‘கூடார ராஜதந்திரம்’ போன்ற வழக்கத்திற்கு மாறான ராஜதந்திரத்தில் ஈடுபட விருப்பம் உலகின் கவனத்தை ஈர்த்தது. வெளிநாட்டு மண்ணில் கூடாரம் அமைப்பது, கூட்டங்கள், பேச்சுவார்த்தைகளுக்கு அவர் தனித்துவமான அமைப்புகளைப் பயன்படுத்தியது, சர்வதேச ஊடகங்களின் கவனத்தை ஈர்த்தது

பான்—ஆப்பிரிக்கவாதம், ஏகாதிபத்திய எதிர்ப்பு, எண்ணெய் ராஜதந்திரம், மேற்கத்திய எதிர்ப்பு காரணங்கள்,

தனித்துவமான ஆளுமை ஆகியவற்றிற்கான அவரது ஆதரவு அவரை உலகளாவிய கவனத்தை ஈர்க்க அனுமதித்தது. அவரது கொள்கைகள் மற்றும் நடவடிக்கைகள் ரசிகர்களையும் விமர்சகர்களையும் ஈர்த்ததால், அவரது புகழ் சர்ச்சைகளுடன் சேர்ந்து, தொடர்ந்து விவாதிக்கப்பட்டுப் பகுப்பாய்வு செய்யப்படும் ஒரு பாரம்பரியத்தை நமக்காக விட்டுச் சென்றது எனலாம்.

லிபியாவின் முன்னாள் தலைவர் முஅம்மர் கடாஃபி, உலகெங்கிலும் உள்ள முக்கிய நபர்களிடமிருந்து பலவிதமான கருத்துக்களைப் பெற்றார். ஒரு சிக்கலான மற்றும் சர்ச்சைக்குரிய நபராக, கடாஃபியின் நடவடிக்கைகள் மற்றும் கொள்கைகள் நீடித்த தாக்கத்தை ஏற்படுத்தி, பல்வேறு கண்ணோட்டங்களுக்கு வழிவகுத்தன.

நெல்சன் மண்டேலா

நிறவெறிக்கு எதிரான போராட்டத்தின் போது ஆப்பிரிக்கத் தேசிய காங்கிரசுக்குக் கடாஃபி அளித்த ஆதரவுக்கு மரியாதைக்குரிய நிறவெறி எதிர்ப்புத் தலைவரும் தென்னாப்பிரிக்காவின் முன்னாள் அதிபருமான நெல்சன் மண்டேலா நன்றியைத் தெரிவித்தார். காலனித்துவம் மற்றும் ஒடுக்குமுறைக்கு எதிரான அவர்களின் பகிரப்பட்ட போராட்டத்தில் மண்டேலா கடாஃபியை ஒரு நண்பராகவும் கூட்டாளியாகவும் கருதினார். ஆப்பிரிக்க விடுதலை இயக்கங்களுக்கு அவரது அர்ப்பணிப்பை பாராட்டினார்.

ஹியூகோ சாவேஸ்

வெனிசுவேலாவின் முன்னாள் அதிபர் ஹியூகோ சாவேஸ், கடாஃபியின் ஏகாதிபத்திய எதிர்ப்பு நிலைப்பாட்டையும், மேற்கத்திய மேலாதிக்கத்திற்குச் சவால் விடும் முயற்சிகளையும் பாராட்டினார். மேற்கத்திய தலையீட்டுவாதம் மற்றும் உணரப்பட்ட ஏகாதிபத்தியத்திற்குக் கடாஃபியின் வெளிப்படையான எதிர்ப்பைச் சாவேஸ் பாராட்டினார். அவரது சொந்த ஏகாதிபத்திய எதிர்ப்பு நிகழ்ச்சி நிரலுடன் அணி சேர்ந்தார்.

பிடல் காஸ்ட்ரோ

கியூபாவின் முன்னாள் தலைவர் பிடல் காஸ்ட்ரோ, புரட்சிகர காரணங்களுக்காகவும், மேற்கத்திய எதிர்ப்பு முயற்சிகளுக்கும் கடாஃபியின் ஆதரவை அங்கீகரித்தார். மேற்கத்திய சக்திகளுக்கு எதிரான கடாஃபியின் எதிர்ப்பையும், கியூபாவின் புரட்சிகர

நெறிமுறைகளுடன் எதிரொலித்த மூன்றாம் உலக ஒற்றுமையை அவர் ஊக்குவித்ததையும் காஸ்ட்ரோ பாராட்டினார்.

பராக் ஒபாமா

அமெரிக்காவின் 44வது அதிபரான பராக் ஒபாமா, கடாஃபியின் தலைமை குறித்து ஒரு சிக்கலான கண்ணோட்டத்தைக் கொண்டிருந்தார். நேர்மறை மற்றும் எதிர்மறை அம்சங்களை ஏற்றுக்கொண்டார். அரபு வசந்த காலத்தில் லிபியாவில் நேட்டோவின் தலையீட்டை ஒபாமா ஆதரித்தார், மனிதாபிமான நெருக்கடிகளைத் தடுப்பதை நோக்கமாகக் கொண்டார், அதே நேரத்தில் பயங்கரவாதத்தை ஆதரிப்பதிலும் மனித உரிமைகளை மீறுவதிலும் கடாஃபியின் ஈடுபாட்டை அங்கீகரித்தார்.

டோனி பிளேர்

ஐக்கிய ராஜ்ஜியத்தின் முன்னாள் பிரதமர் டோனி பிளேர், கடாஃபியின் பாரம்பரியத்தின் சிக்கலான தன்மையை ஒப்புக்கொண்டார். கடாஃபியின் நடவடிக்கைகள் குறித்து ஒரு நுணுக்கமான கண்ணோட்டத்தை பிளேர் வெளிப்படுத்தினார். பயங்கரவாத நடவடிக்கைகளுக்கு அவர் ஆதரவளிப்பது உலகளாவிய பாதுகாப்புக்குச் சவாலாக இருப்பதை ஒப்புக்கொண்டார்.

நிக்கோலா சார்க்கோசி

பிரான்சின் முன்னாள் ஜனாதிபதியான நிக்கோலா சார்க்கோசி, லிபியாவில் நேட்டோவின் ராணுவத் தலையீட்டை ஆதரிப்பதில் முக்கியப் பங்கு வகித்தார். இது இறுதியில் கடாஃபியின் வீழ்ச்சிக்கு வழிவகுத்தது. கடாஃபியின் ஆட்சி பிராந்திய ஸ்திரத்தன்மைக்கு அச்சுறுத்தலாகக் கருதிய சார்க்கோசி, லிபிய குடிமக்களை வன்முறையிலிருந்து பாதுகாப்பதற்கான ராணுவ நடவடிக்கையை ஆதரித்தார்.

ஹிலாரி கிளிண்டன்

கடாஃபியின் அடக்குமுறை ஆட்சி, மனித உரிமை மீறல்களை மேற்கோள் காட்டி, லிபியாவில் தலையிடுவதற்கு அமெரிக்காவின் முன்னாள் வெளியுறவு அமைச்சர் ஹிலாரி கிளிண்டன் குரல் கொடுத்தார். அரபு வசந்தத்தின் போது போராட்டக்காரர்கள் மீதான கடாஃபியின் ஒடுக்குமுறையைக் கண்டித்த ஹிலாரி கிளின்டன், வன்முறையைத் தடுப்பதற்கான நடவடிக்கைகளை ஆதரித்தார்.

கடாஃபியின் நடைமுறைகள் உலகளவில் செல்வாக்கு மிக்க நபர்களிடமிருந்து பலவிதமான கருத்துக்களைப் பெற்றது. சிலர் அவரது ஏகாதிபத்திய எதிர்ப்பு நிலைப்பாட்டையும் ஆப்பிரிக்க விடுதலைக்கான ஆதரவையும் பாராட்டினர், மற்றவர்கள் அவரது மனித உரிமை மீறல்கள் மற்றும் சர்ச்சைக்குரிய சர்வதேச நடவடிக்கைகளைக் கண்டித்தனர். இந்த மாறுபட்ட கண்ணோட்டங்கள் கடாஃபியின் ஆட்சியின் சிக்கலான தன்மையையும் சர்வதேச உறவுகளில் அவரது தாக்கத்தையும் பிரதிபலிக்கின்றன. உலகெங்கிலும் உள்ள முக்கிய நபர்களால் அவர் உணரப்பட்ட பல்வேறு வழிகளை விளக்குகிறது.

14. மூன்று காலக்கட்டங்களில் லிபியாவின் பொருளாதார நிலை

கடாஃபியின் ஆட்சிக்கு முன்பு லிபியாவின் பொருளாதார நிலை சவால்கள் மற்றும் சாத்தியக்கூறுகளின் கலவையாக இருந்தது. இந்தக் காலகட்டத்தைப் புரிந்துகொள்ள, கடாஃபிக்கு முந்தைய சகாப்தத்தை நாம் ஆராய வேண்டும். முதன்மையாக முதலாம் இட்ரிஸ் மன்னரின் ஆட்சிக் காலத்திலும் (1951—1969) லிபியாவின் பொருளாதார நிலப்பரப்பையும், 1969ல் கடாஃபி அதிகாரத்திற்கு ஏறுவதற்கு முந்தைய ஆண்டுகளையும் மையமாகக் கொண்டிருக்க வேண்டும்.

முதலாவதாக, லிபியா, ஒரு சுதந்திர நாடாக, காலனித்துவ ஆட்சியின் வரலாற்றிலிருந்து உருவானது என்பதைக் கவனத்தில் கொள்ள வேண்டும். 1951ல் சுதந்திரம் பெறுவதற்கு முன்பு, லிபியா ஒட்டோமான் பேரரசு மற்றும் மிக முக்கியமாக இத்தாலி உள்ளிட்ட பல்வேறு காலனித்துவச் சக்திகளின் கட்டுப்பாட்டின் கீழ் இருந்தது. இந்தக் காலனித்துவ காலங்கள் லிபியாவின் பொருளாதார வளர்ச்சியில் நீடித்த தாக்கத்தை ஏற்படுத்தின. கடாஃபியின் ஆட்சிக்கு முந்தைய முக்கிய பொருளாதார நிலைமைகளில் ஒன்று, நாடு தனது பொருளாதாரச் செழிப்பிற்காக வெளிநாட்டுச் சக்திகளை, குறிப்பாக மேற்கத்திய நாடுகளைப் பெரிதும் நம்பியிருந்தது.

லிபியாவின் பொருளாதாரம் முதன்மையாக 1950களில் முக்கியத்துவம் பெற்ற எண்ணெய்த் தொழிலால் இயக்கப்பட்டது. இருப்பினும், இந்த முக்கிய தொழில்துறையின் கட்டுப்பாடும் நன்மைகளும் பெரும்பாலும் வெளிநாட்டு நிறுவனங்களின், குறிப்பாக அமெரிக்க, பிரிட்டிஷ் எண்ணெய் நிறுவனங்களின் கைகளில் இருந்தன. இதனால் லிபியாவின் எண்ணெய் இருப்புக்களில் இருந்து பெறப்படும் செல்வம் லிபிய மக்களுக்கு முழுமையாகப் பயனளிக்கவில்லை.

கடாஃபிக்கு முன்பு லிபியாவின் மன்னராக இருந்த மன்னர் முதலாம் இட்ரிஸ், நாட்டின் வளங்களையும் செல்வத்தையும் திறம்பட நிர்வகிக்க முடியவில்லை என்று அடிக்கடி விமர்சிக்கப்பட்டார். மன்னர் இட்ரிஸ் தலைமையிலான அரசாங்கம் ஊழல் நிறைந்ததாகவும் திறமையற்றதாகவும் பார்க்கப்பட்டது. மேலும் நாட்டில் உள்கட்டமைப்பு மேம்பாடு மற்றும் சமூக சேவைகளில் குறிப்பிடத்தக்கப் பற்றாக்குறை இருந்தது. பெரும்பாலான லிபியர்கள் கல்வி, சுகாதாரம், வேலை வாய்ப்புகளுக்கு மட்டுப்படுத்தப்பட்ட அணுகலுடன் வறுமையில் இருந்தனர்.

கடாஃபிக்கு முன்னர் லிபியாவின் பொருளாதார நிலை அப்பட்டமான பிராந்திய ஏற்றத்தாழ்வுகளால் குறிக்கப்பட்டது. ஒப்பீட்டளவில் அரசாங்கத்தால் புறக்கணிக்கப்பட்ட கிழக்கு பிராந்தியங்களுடன் ஒப்பிடும்போது, எண்ணெய் வளத்தின் பெரும்பகுதி குவிந்திருந்த மேற்கு பிராந்தியங்கள் சிறந்த வாழ்க்கைத் தரத்தையும் உள்கட்டமைப்பையும் அனுபவித்தன. இந்தப் பொருளாதாரச் சவால்கள், ஏற்றத்தாழ்வுகளுக்குப் பதிலளிக்கும் விதமாக, கடாஃபி 1969ல் ராணுவப் புரட்சி மூலம் ஆட்சிக்கு வந்தார். லிபியாவின் பொருளாதார நிலப்பரப்பை மறுவடிவமைப்பதை நோக்கமாகக் கொண்ட தொடர்ச்சியான பொருளாதாரச் சீர்திருத்தங்கள், கொள்கைகளை அவரது ஆட்சி செயல்படுத்தியது.

மிக முக்கியமான நடவடிக்கைகளில் ஒன்று எண்ணெய் தொழில்துறையை தேசியமயமாக்கியதும், வெளிநாட்டுப் பெருநிறுவனங்களிடமிருந்து கட்டுப்பாட்டைப் பறித்து, அதை லிபிய அரசின் கைகளில் உறுதியாக ஒப்படைத்ததும் ஆகும். இந்த நடவடிக்கை லிபியாவை எண்ணெய் வருவாயில் ஒரு பெரிய பங்கைத் தக்க வைத்துக் கொள்ள அனுமதித்தது. பின்னர் அது நாட்டின் வளர்ச்சியில் மறுமுதலீடு செய்யப்படலாம்.

கடாஃபியின் ஆட்சி நிலச்சீர்திருத்தம், பொருளாதாரத்தின் பல்வேறு துறைகளில் அரசாங்கத்தின் தலையீட்டை அதிகரித்தல் போன்ற கொள்கைகளையும் பின்பற்றியது. இந்த முயற்சிகள் பொருளாதாரச் சமத்துவமின்மையைக் குறைப்பதற்கும், உள்கட்டமைப்பை மேம்படுத்துவதற்கும், லிபிய மக்களுக்குக் கல்வி சுகாதாரத்திற்கான சிறந்த அணுகலை வழங்குவதற்கும் நோக்கம் கொண்டவை. கடாஃபியின் ஆட்சிக்கு முன்னர் நாட்டின் எண்ணெய் வளம் பெரும்பாலும் வெளிநாட்டுப் பெருநிறுவனங்களால் கட்டுப்படுத்தப்பட்டது, மேலும் பெரும்பாலான லிபியர்கள் இந்த வளத்தின் நன்மைகளை அனுபவிக்கவில்லை.

கடாஃபி ஆட்சிக்கு வந்தது லிபியாவின் பொருளாதார வரலாற்றில் ஒரு திருப்புமுனையாக அமைந்தது. ஏனெனில், அவர் இந்தப் பிரச்சினைகளுக்குத் தீர்வு காண்பதையும், நாட்டின் செல்வத்தை அதன் சொந்த மக்களை நோக்கித் திருப்பிவிடுவதையும் நோக்கமாகக் கொண்ட கொள்கைகளைச் செயல்படுத்தினார். அவரது ஆட்சி சர்ச்சைகளாலும் சர்வாதிகாரத்தாலும் குறிக்கப்பட்டாலும், அவரது பதவிக் காலத்தில் லிபியாவில் அவர் தொடங்கிய பொருளாதார மாற்றங்களை ஒப்புக்கொள்வது அவசியம். 1969 முதல் 2011ல் அவரது வீழ்ச்சி வரை முஅம்மர் கடாஃபியின் ஆட்சிக் காலத்தில் லிபியாவின் பொருளாதார நிலை எண்ணெய் வளம், பொருளாதாரக் கொள்கைகள், சர்வதேச உறவுகள் மற்றும் அதிகாரத்தை ஒருங்கிணைத்தல் உள்ளிட்ட சிக்கலான இடைவினையால் குறிக்கப்பட்டது.

கடாஃபியின் ஆட்சியின் போது லிபியாவின் பொருளாதாரத்தின் வரையறுக்கப்பட்ட அம்சங்களில் ஒன்று எண்ணெய் ஏற்றுமதியை அதிக அளவில் நம்பியிருந்தது. லிபியாவில் ஏராளமான எண்ணெய் வளம் உள்ளது, கடாஃபியின் ஆட்சியின் கீழ், எண்ணெய் துறை நாட்டின் பொருளாதாரத்தின் அடித்தளமாக மாறியது. எண்ணெய் ஏற்றுமதியின் மூலம் கிடைக்கும் வருவாய் அரசாங்க நடவடிக்கைகள் மற்றும் முதலீடுகளுக்கு நிதியளிப்பதில் முக்கியமானது.

2010ம் ஆண்டில், எண்ணெய் ஏற்றுமதி லிபியாவின் மொத்த ஏற்றுமதி வருவாயில் சுமார் 95% ஆக இருந்தது. நாட்டின் மொத்த உள்நாட்டு உற்பத்தியில் இது கணிசமாகப் பங்களித்தது. எண்ணெய் மீதான இந்த அதிகப்படியான சார்பு, லிபியாவை உலகளாவிய எண்ணெய் விலைகளில் ஏற்ற

இறக்கங்களுக்கு ஆளாக்கியது. எண்ணெய் வருவாயிலிருந்து கிடைக்கும் செல்வத்தை லிபிய மக்களுக்குப் பகிர்ந்தளிக்கும் நோக்கில் கடாஃபியின் ஆட்சி பல சமூக நலத் திட்டங்களைச் செயல்படுத்தியது. இதில் மானிய உணவு, கல்வி, சுகாதாரம், வீட்டுவசதி ஆகியவை அடங்கும். குடிமக்களுக்கு இலவசச் சுகாதாரம், கல்வி போன்ற பல்வேறு நன்மைகள் வழங்கப்பட்டன. இது பல லிபியர்களின் வாழ்க்கைத் தரத்தை மேம்படுத்தப் பங்களித்தது.

லிபியாவில் கல்வியறிவு விகிதம் கடாஃபியின் ஆட்சியின் போது கணிசமாக அதிகரித்தது என்பதற்கான சான்றுகள் காட்டுகின்றன. இது கல்வியில் இந்த முதலீடுகள் காரணமாகும். கூடுதலாக, அரசாங்கம் அடிப்படைப் பொருட்களுக்கு மானியம் வழங்கியது. அவை சராசரி லிபியருக்கு மலிவானவை. கடாஃபியின் ஆட்சி லிபிய பொருளாதாரத்தை, எண்ணெய்யை அதிகம் சார்ந்திருப்பதைத் தாண்டிப் பன்முகப்படுத்த முயன்றது. விவசாயம், உற்பத்தி, உள்கட்டமைப்பு மேம்பாடு போன்ற பல்வேறு தொழில்கள் கவனத்தையும் முதலீட்டையும் பெற்றன. இந்த முயற்சிகள் எண்ணெய் விலை ஏற்ற இறக்கங்களால் நாட்டின் பாதிப்பைக் குறைப்பதற்கும் புதிய வேலை வாய்ப்புகளை உருவாக்குவதற்கும் நோக்கம் கொண்டவை.

இதற்கான சான்றுகளை மனிதனால் உருவாக்கப்பட்ட நதி, பாரிய நீர்ப்பாசன அமைப்பு மற்றும் உணவு உற்பத்தியில் அதிகத் தன்னிறைவை அடைவதற்காக விவசாயத்தில் முதலீடுகள் போன்ற உள்கட்டமைப்புத் திட்டங்களில் காணலாம். இந்த முயற்சிகள் இருந்தபோதிலும், லிபியா கடாஃபியின் ஆட்சியின் போது பல பொருளாதாரச் சவால்களை எதிர்கொண்டது. ஆட்சியின் மையப்படுத்தப்பட்ட தன்மை ஊழல், திறமையின்மை குற்றச்சாட்டுகளுக்கு வழிவகுத்தது. கடாஃபியின் சர்ச்சைக்குரிய கொள்கைகளான பயங்கரவாதத்தை அரசு ஊக்குவிப்பதால் லிபியா சர்வதேச அளவில் தனிமைப்படுத்தப்பட்டது பொருளாதாரத் தடைகள் மற்றும் அந்நாட்டில் வெளிநாட்டு முதலீடுகளைக் கட்டுப்படுத்த வழிவகுத்தது. இது லிபியாவின் பொருளாதாரத் திறனையும் உலகப் பொருளாதாரத்துடன் அதன் ஒருங்கிணைப்பையும் மட்டுப்படுத்தின.

கடாஃபியின் ஆட்சிக் காலத்தில் லிபியாவின் பொருளாதார நிலையும் உலகளாவிய எண்ணெய் விலை ஏற்ற இறக்கங்களால்

பாதிக்கப்பட்டது. எண்ணெய் விலை அதிகமாக இருந்த காலகட்டங்களை லிபியா அனுபவித்தது. ஆனால், வீழ்ச்சியின் போது அது போராடியது. 2008—2009 உலகளாவிய பொருளாதார நெருக்கடியின் போது லிபியா எதிர்கொண்ட பொருளாதாரச் சவால்களில் இதற்கான சான்றுகளைக் காணலாம். கடாஃபியின் ஆட்சியின் போது லிபியாவின் பொருளாதார நிலை எண்ணெய் வளம், சமூக நலத் திட்டங்கள், பன்முகப்படுத்தல் முயற்சிகள் ஆகியவற்றால் உந்தப்பட்ட செழிப்பின் சிக்கலான கலவையாக இருந்தது. அத்துடன் மையப்படுத்தப்பட்ட நிர்வாகம், சர்வதேச தனிமைப்படுத்தல், உலகளாவிய எண்ணெய் விலைகளைச் சார்ந்திருத்தல் ஆகியவற்றிலிருந்து எழும் சவால்களும் அடங்கும்.

கடாஃபியின் கொள்கைகள் பல லிபியர்களின் வாழ்க்கைத் தரத்தை மேம்படுத்திய அதே வேளையில், அவை நாட்டின் பொருளாதாரக் கட்டமைப்பிலும் பாதிப்புகளை உருவாக்கின. கடாஃபியின் சர்வாதிகார ஆட்சிக்குச் சர்வதேசச் சமூகம் அளித்த பதிலிறுப்பால் நிலைமை மேலும் மோசமடைந்தது, இறுதியில் 2011ல் அவரது வீழ்ச்சிக்கு வழிவகுக்கும் ஸ்திரமின்மைக்குப் பங்களித்தது. லிபியாவில் கடந்த 2011ம் ஆண்டு கடாஃபி தூக்கியெறியப்பட்டதிலிருந்து அரசியல் கொந்தளிப்பும், மோதலும் நிலவி வருகிறது. நாடு பிளவுபட்டது, பல்வேறு பிரிவுகள் கட்டுப்பாட்டிற்காகப் போட்டியிட்டன. இந்த நிலையற்ற தன்மை பொருளாதாரத்தில் தீங்கு விளைவிக்கும் தாக்கத்தை ஏற்படுத்தியுள்ளது. இது லிபிய பொருளாதாரத்தின் உயிர்நாடியான எண்ணெய் உற்பத்தி மற்றும் ஏற்றுமதியைச் சீர்குலைத்து, கணிசமான வருவாய் இழப்புகளுக்கு வழிவகுத்தது.

லிபியா தனது வருவாய்க்கு எண்ணெய்த் துறையைப் பெரிதும் நம்பியுள்ளது. நாட்டின் வருவாயில், எண்ணெய் ஏற்றுமதியே பிரதானமாக உள்ளது. இருப்பினும், நடந்து வரும் மோதல்கள், அரசியல் சர்ச்சைகள் பெரும்பாலும் எண்ணெய் உற்பத்தி மற்றும் ஏற்றுமதியில் இடையூறுகளுக்கு வழிவகுத்தன. ஆயுதமேந்திய குழுக்கள் எண்ணெய் உள்கட்டமைப்பைக் குறிவைத்தன. போட்டி நிர்வாகங்கள் எண்ணெய் வசதிகளைக் கட்டுப்படுத்துவதற்காகப் போட்டியிட்டன. இது ஒரு நிலையற்ற எண்ணெய்ச் சந்தைக்கு வழிவகுத்தது.

லிபியாவில் பொருளாதார வீழ்ச்சிக்கு அரசியல் மற்றும் பாதுகாப்பு சவால்கள் பங்களித்துள்ளன. பணவீக்கம் அதிகரித்து,

லிபிய தினார் வாங்கும் சக்தியைக் குறைத்து, மக்களுக்கு அடிப்படைப் பொருட்களை அதிக விலை கொண்டதாக மாற்றியுள்ளது. இது பல லிபியர்களுக்குப் பொருளாதார நெருக்கடியை அதிகரித்தது. நீடித்த மோதல் மனிதாபிமானச் சவால்களுக்கு வழிவகுத்துள்ளது. பல லிபியர்கள் உணவு மற்றும் தண்ணீர்ப் பற்றாக்குறையை அனுபவித்தனர். அத்துடன் போதுமான சுகாதார மற்றும் கல்விச் சேவைகள் இல்லை. மக்கள் இடம்பெயர்வு, உள்கட்டமைப்பு சேதம் ஆகியவற்றால் நிலைமை மோசமடைந்தது.

லிபிய மோதலில் பல்வேறு சர்வதேச நாடுகள் ஈடுபட்டிருப்பது நிலைமையை மேலும் சிக்கலாக்கியது. பல்வேறு நாடுகள் எதிரெதிர் பிரிவுகளை ஆதரித்தன. வெளிநாட்டுச் சக்திகளின் இருப்பு மோதலுக்கு மற்றொரு சிக்கலான அடுக்கைச் சேர்த்துள்ளது. லிபியாவில் அரசியல் தீர்வுகள் மற்றும் போர் நிறுத்தங்களுக்கு மத்தியஸ்தம் செய்யச் சர்வதேசச் சமூகத்தால் முயற்சிகள் மேற்கொள்ளப்பட்டு வருகின்றன. இந்த முன்முயற்சிகள் மாறுபட்ட அளவிலான வெற்றியைப் பெற்றுள்ளன. மேலும் நிலைமை பலவீனமாக உள்ளது.

சவால்கள் இருந்தபோதிலும், பொருளாதாரத்தை ஸ்திரப்படுத்தவும், சீர்திருத்தங்களைச் செயல்படுத்தவும் முயற்சிகள் மேற்கொள்ளப்பட்டுள்ளன. நிறுவனங்களை ஒருங்கிணைப்பது, எண்ணெய் உற்பத்தியை மறுதொடக்கம் செய்வது, நாட்டின் நிதியை மிகவும் வெளிப்படையாக நிர்வகிப்பதற்கான முயற்சிகள் இதில் அடங்கும்.எவ்வாறாயினும், தற்போதைய மோதல் காரணமாக இந்த நடவடிக்கைகளின் செயல்திறன் மட்டுப்படுத்தப்பட்டுள்ளது. லிபியாவின் பொருளாதார நிலைமை மோதல், அரசியல் ஸ்திரமின்மை, எண்ணெய் துறையில் இடையூறுகளால் ஆழமாகப் பாதிக்கப்பட்டது. இந்தச் சவால்கள் பொருளாதார சரிவு, பணவீக்கம் மனிதாபிமானக் கவலைகளுக்கு வழிவகுத்தன. லிபிய மோதலின் சிக்கலான, பன்முகத் தன்மை காரணமாகப் பொருளாதார மீட்பு மற்றும் ஸ்திரத்தன்மைக்கான பாதை நிச்சயமற்றதாக இருந்தது.

15. கடாஃபி - வாழ்க்கைக் குறிப்புகள்

1942 — லிபிய பாலைவனத்தில் பெடோயின் கூடாரத்தில் அல்—கதாஃபா என்ற பழங்குடிக் குடும்பத்தில் கடாஃபி பிறந்தார்.

1961 — பெங்காசியில் உள்ள ராணுவ அகாடமி பயிற்சியில் சேர்ந்தார் அச்சமயத்தில் அவர் அரேபிய தேசியவாதம் மற்றும் எகிப்து அதிபர் கமல் அப்தெல் நாசரின் (Gamal Abdel Nasser) கொள்கைகளால் ஈர்க்கப்பட்டார்.

1969 — லிபிய மன்னர் கிங் இட்ரிஸூக்கு எதிரான சதிக்குத் தலைமை தாங்கி புரட்சியை ஏற்படுத்தினார். ஆட்சியைக் கைப்பற்றி லிபிய அரபுக் குடியரசை நிறுவி தன்னை அரசின் தலைவராகவும் புரட்சிகரக் கட்டளை கவுன்சிலாக அறிவித்துக் கொண்டார். தனது ஆட்சியின் கொள்கையாகச் சோசலிச, பான்—அரபு சித்தாந்தத்தை ஏற்றுக் கொண்டார். இது மூன்றாம் சர்வதேசக் கோட்பாடு என்று அழைக்கப்படுகிறது. அதைத் தனது பசுமைப் புத்தகத்திலும் கோடிட்டுக் காட்டினார்.

IRA, PLO, ANC மற்றும் Black Panthers1 போன்ற உலகெங்கிலும் உள்ள பல்வேறு போர்க்குணமிக்க, மேற்கத்திய ஆதிக்கத்திற்கு எதிராகப் போராடும் புரட்சிகர குழுக்களை அவர் ஆதரித்து, அந்தக் குழுக்களுக்கு நிதி உதவியும் அளித்தார். யோம் கிப்பூர் போர், அரபுப் பனிப்போர், எகிப்திய—லிபியப் போர், சாடியன்—லிபிய மோதல், உகாண்டா—தான்சானியா போர் போன்ற பல மோதல்களில் அவர் தலையிட்டார்.

முஸ்லிம் சகோதரத்துவம், அல்—கொய்தா போன்ற இஸ்லாமியக் குழுக்களிடமிருந்து பரவலான எதிர்ப்பு மற்றும் படுகொலை முயற்சிகளை அவர் எதிர்கொண்டார். கடாஃபியை அம்மக்கள் மதவெறியராகவும் கொடுங்கோலராகவும் கருதினர்.

1977 — தனது அரச தலைவர் பதவியைத் துறந்து, லிபியாவை 'ஜமாஹிரியா' என்ற சமூகக் கட்டமைப்பின் மூலம் மக்கள் சக்தியோடு இணைந்த வெகுஜனங்களின் மாநிலமாக அறிவித்தார். அவர் உடல்நலம், கல்வி, உள்கட்டமைப்பு, சமூக நலன் ஆகியவற்றில் முதலீடு செய்வதன் மூலம் லிபியாவின் வாழ்க்கைத் தரத்தையும் மனித வளர்ச்சியையும் மேம்படுத்தினார்.

1980—1990 — கடாஃபி அணு ஆயுதத் திட்டத்தைத் தொடர்ந்தார். *1988* டிசம்பர் *21*ம் தேதி ஃபிராங்ஃபர்ட்டிலிருந்து டெட்ராய்ட் சென்ற விமானம் ஸ்காட்லாந்தின் லாக்கர்பி பகுதிக்கு மேலே வானத்தில் வெடித்துச் சிதறியது. இந்த விபத்தில் *243* பேர் உயிரிழந்தனர். இந்தச் சதிவேலையில் கடாஃபியின் பங்கு இருந்ததாகக் கூறப்படுகிறது. இதைத் தொடர்ந்து உலகம் முழுவதிலும் கடாஃபியின் செயல்களுக்கான எதிர்ப்பு வலுத்தது. இதனால் கடாஃபி சர்வதேச தடைகள் மற்றும் தனிமைப்படுத்தலை எதிர்கொண்டார். தனது ஆட்சியில் அவர் பரவலான மனித உரிமை மீறல்களைச் செய்தார். அரசியல் எதிரிகள், பத்திரிகையாளர்களை சிறையில் அடைத்து, சித்திரவதை செய்து, கொலை செய்வதன் மூலம் எதிர்ப்பை அடக்கினார்.

2000 — கடாஃபி மேற்கு நாடுகளுடன் சமரச உடன்பாடு செய்தார். தனது அணு ஆயுத திட்டத்தைக் கைவிட்டு, பயங்கரவாதத்தால் பாதிக்கப்பட்டவர்களுக்கு இழப்பீடு செலுத்தினார். பயங்கரவாதத்திற்கு எதிரான போரில் ஒத்துழைத்தார்.

2009 — ஆப்பிரிக்க ஒன்றியத்தின் தலைவரானார். ஆப்பிரிக்கா ஐக்கிய நாடுகளுக்கும், ஒரே ஆப்பிரிக்க நாணயத்திற்கும் வாதிட்டார்.

2011 — மக்கள் எழுச்சியை எதிர்கொண்டார். போராளி குழுக்கள் அவரது ராஜினாமா மற்றும் ஜனநாயகச் சீர்திருத்தங்களைக் கோரியது. அவர் பதவி விலக மறுத்து, எதிர்ப்பாளர்கள்

மீது மிருகத்தனமான அடக்குமுறையைத் தொடங்கினார். அவரது விசுவாசிகளுக்கும் கிளர்ச்சியாளர்களுக்கும் இடையே உள்நாட்டுப் போர் ஏற்பட்டது. கிளர்ச்சியாளர்கள் நேட்டோவிடமிருந்து ஆதரவைப் பெற்றதால், அவர் நாட்டின் பெரும்பகுதியின் கட்டுப்பாட்டை இழந்தார். அவர் வெளிநாடு தப்பிச் செல்ல இயலாமல் அவரது படைகளுக்கு எதிராக வான்வழித் தாக்குதல்கள் நடத்தப்பட்டது.

2011 — அவரது ஆதரவு படைகள் கிளர்ச்சியாளர்களால் தாக்கப்பட்ட பின்னர், அவர் அக்டோபர் 20, 2011 அன்று அவரது சொந்த ஊரான சிர்ட்டேவிற்கு அருகே கிளர்ச்சியாளர்களால் பிடிக்கப்பட்டுக் கொல்லப்பட்டார். அவரது மரணம் அவரது 42 ஆண்டுக்கால ஆட்சியை முடிவுக்குக் கொண்டுவந்து, லிபியாவில் அரசியல் மாற்றத்தையும் ஒரு புதிய சகாப்தத்தின் தொடக்கத்தையும் உருவாக்கியது.

கடாஃபியின் வாழ்க்கை சர்ச்சைக்குரியதாகவும் விவாதத்திற்குரியதாகவும் உள்ளது, ஏனெனில் அவர் ஒரு நாயகனாகவும் தியாகியாகவும் சிலரால் பார்க்கப்படுகிறார். சிலர் அவரை ஒரு சர்வாதிகாரியாகவும் குற்றவாளியாகவும் கருதுகின்றனர்.

16. கடாஃபியைப் போற்றும், தூற்றும் நூல்கள்

Gaddafi's Harem: The Story of a Young Woman and the Abuses of Power in Libya - Annick ojean

இந்தப் புத்தகம் கடாஃபியின் தவறான, அடக்குமுறை ஆட்சியைப் பற்றிய நேரடி விளக்கத்தை வழங்குகிறது. அவரது முன்னாள் தன்னார்வப் பாலியல் அடிமைகளில் ஒருவரான சொராயா விவரிக்கிறார். இது கடாஃபியின் ஆட்சியின் இருண்ட அம்சங்களையும் அவரது தனிப்பட்ட அத்துமீறல்களின் அளவையும் அதிர்ச்சியூட்டும் பார்வையை வழங்குகிறது.

The Brother Leader - A. J. Drenth

லிபியாவுக்கு ரகசியமாக நுழைந்த டச்சு பத்திரிகையாளர் எழுதிய இந்தப் புத்தகம், கடாஃபியின் ஆட்சியின் கீழ்ச் சாதாரண லிபியர்களின் வாழ்க்கையைப் பற்றிய நெருக்கமான பார்வையை வழங்குகிறது. இது தனிப்பட்ட கதைகளையும் தகவல்களையும் வழங்குகிறது. இது மக்கள் மீது கடாஃபியின் கொள்கைகளின் தாக்கத்தை வெளிச்சம் போட்டுக் காட்டுகிறது.

Qaddafi's Point Guard: The Incredible Story of a Professional Basketball Player Trapped in Libya's Civil War - Alex Owumi

இந்த நினைவுக் குறிப்பு லிபியாவில் உள்நாட்டுப் போர் வெடித்தபோது சிக்கிய முன்னாள் தொழில்முறை கூடைப்பந்து வீரரான அலெக்ஸ் ஓவுமியின் அனுபவங்களை விவரிக்கிறது. இது கடாஃபியின் ஆட்சியின் முடிவில் ஏற்பட்ட குழப்பம், வன்முறை குறித்த ஒரு தனித்துவமான முன்னோக்கை வழங்குகிறது.

Gaddafi by Hugh Miles: The Man Whose King

இந்தச் சுயசரிதை கடாஃபியின் அதிகார உயர்வு, அவரது விசித்திரமான தலைமைத்துவப் பாணி மற்றும் லிபியா, ஆப்பிரிக்க கண்டத்திற்கான அவரது அபிலாஷைகளை ஆராய்கிறது. இது கடாஃபியின் ஆளுமை, பிற உலகத் தலைவர்களுடனான உறவுகள், பிராந்திய அரசியலில் அவரது செல்வாக்குப் பற்றிய விரிவான தகவல்களை வழங்குகிறது.

Gaddafi's Ghosts by Nick Davis: A Return to Libya

புலனாய்வுப் பத்திரிகையாளரால் எழுதப்பட்ட இந்தப் புத்தகம், கடாஃபியின் அடக்குமுறை ஆட்சியையும், அவர் விட்டுச்சென்ற அச்சத்தின் பாரம்பரியத்தையும் ஆராய்கிறது. இது கடாஃபியின் ஆட்சியை வரையறுக்கும் பரவலான கண்காணிப்பு, தணிக்கை மற்றும் பிரச்சாரத்தைப் பற்றி விவாதிக்கிறது.

Sandstorm: Libya in the Time of Revolution - Lindsey Hilsum

மேற்கத்திய சக்திகளுடனான கடாஃபியின் சிக்கலான உறவைப் பற்றிய ஒரு சீரான ஆய்வை இந்தப் புத்தகம் வழங்குகிறது. சர்வதேச மோதல்களில் அவரது பங்கு, பயங்கரவாத அமைப்புகளுக்கு அவர் அளித்த ஆதரவு, அவரது ஆட்சியின் பிற்பகுதியில் மேற்கத்திய நாடுகளுடன் சமரசம் செய்வதற்கான அவரது முயற்சிகள் ஆகியவை இதில் அடங்கும்.

Libya: The Rise and Fall of Qaddafi - Alison Pargeter

கடாஃபியின் ஆரம்ப ஆண்டுகளில் இருந்து அவரது இறுதி வீழ்ச்சி வரை அவரது ஆட்சியைப் பற்றிய விரிவான கண்ணோட்டத்தை வழங்குகிறது. கடாஃபியின் தலைமைத்துவப் பாணி, வெளியுறவுக் கொள்கை முடிவுகள், அவரது ஆட்சியின் உள் இயக்கவியல் ஆகியவற்றை இந்தப் புத்தகம் பகுப்பாய்வு செய்கிறது.

முஅம்மர் கடாஃபியின் வாழ்க்கை வரலாற்றைப் புரிந்துகொள்வதற்கு அவரது ஆட்சியின் பல்வேறு அம்சங்கள், அவரது நடவடிக்கைகள், அவற்றின் விளைவுகளை முன்வைக்கும் பல்வேறு ஆதாரங்களை ஆராய்வது அவசியம். மேலே குறிப்பிட்டுள்ள பரிந்துரைக்கப்பட்ட புத்தகங்கள் வெவ்வேறு கண்ணோட்டங்களிலிருந்து மதிப்புமிக்க, விரிவான தகவல்களை வழங்குகின்றன. இவை கடாஃபியின் சிக்கலான, சர்ச்சைக்குரிய வாழ்வைப் பற்றி நுணுக்கமாக அறிந்துகொள்ள உதவும்.

SWASAM SUBSCRIPTION SCHEME

சுவாசம் சந்தா திட்டம்

தினந்தோறும் புத்தகத் திருவிழா

எப்போது புத்தகம் வாங்கினாலும்
15 முதல் 20% தள்ளுபடி வேண்டுமா?

மேலதிக விவரங்களுக்கு: 8148066645

நிபந்தனைகள்

- இத்திட்டத்தில் சேர நுழைவுக் கட்டணம் ரூ 299. இரண்டு ஆண்டுகளுக்கு ஒருமுறை நீங்கள் இந்தச் சந்தாவைப் புதுப்பிக்கவேண்டும். (இரண்டு ஆண்டுகள் முடிந்ததும் இந்த 299 ரூபாய் மதிப்பிற்கும் நீங்கள் புத்தகம் வாங்கிக் கொள்ளலாம்.)
- நீங்கள் சந்தாதாரர் ஆனதும் உங்களுக்கு அடையாள அட்டை வழங்கப்படும். இந்த அடையாள அட்டையைப் பயன்படுத்தி நீங்கள் எங்களிடம் தள்ளுபடியுடன் புத்தகம் வாங்கலாம்.
- 500 ரூபாய் வரை புத்தகம் வாங்கினால் 15% தள்ளுபடி. 500 ரூபாய்க்கு மேல் புத்தகம் வாங்கினால் 20% தள்ளுபடி.
- சுவாசம் பதிப்பகம் மட்டுமின்றி வேறு எந்தப் பதிப்பகத்தின் புத்தகத்தை வாங்கினாலும் இந்தத் தள்ளுபடி உங்களுக்குக் கிடைக்கும்.

- 500 ரூபாய்க்கு மேல் வாங்கினால், இந்தியன் போஸ்டல் சர்வீஸ் மூலம் இந்தியா முழுமைக்கும் இலவசமாக உங்களுக்குப் புத்தகம் அனுப்பி வைக்கப்படும். கொரியர் மூலம் புத்தகத்தைப் பெற வேண்டுமென்றால் நீங்கள் கொரியருக்கான பணத்தைத் தரவேண்டும்.
- இந்தத் திட்டத்தைப் பயன்படுத்தி இரண்டு ஆண்டுகளில் நீங்கள் எத்தனை முறை வேண்டுமானாலும் புத்தகம் வாங்கலாம்.
- சுவாசம் நேரடியாகப் பங்கேற்கும் புத்தகக் கண்காட்சிகளிலும் நீங்கள் இச்சலுகையைப் பெறலாம்.
- சுவாசத்தின் நேரடிப் புத்தகக் கடைகளிலும் இச்சலுகையைப் பயன்படுத்தி நீங்கள் புத்தகம் வாங்கலாம்.
- சுவாசத்தின் சமூக ஊடகங்கள் அதாவது வாட்ஸப், இன்ஸ்டாகிராம், ஃபேஸ்புக், திரெட், டிவிட்டர் மூலமும் இச்சலுகையைப் பயன்படுத்தி நீங்கள் ஆர்டர் செய்யலாம்.
- வெளிநாட்டு வாழ் இந்தியர்கள் மற்றும் தமிழர்களும் இத்திட்டத்தில் பங்குபெறலாம். புத்தகம் அனுப்புவதற்கான செலவை நீங்கள் ஏற்கவேண்டும்.
- எங்களிடம் கிடைக்காத புத்தகங்கள் இருந்தால், அவற்றை வாங்கித் தர இயன்ற அளவுக்கு முயல்வோம். அப்படி வாங்க முடியாத பட்சத்தில் உங்களிடம் சொல்லிவிடுவோம்.
- சுவாசம் விற்பனை செய்யாத பதிப்பகமே இல்லை என்பதால், இத்திட்டம் நிச்சயம் உங்களுக்குப் பயனுள்ளதாக இருக்கும் என்பதில் ஐயமில்லை.
- புத்தக வாசிப்பாளர்களுக்கும் மாணவர்களுக்கும் ஆசிரியர்களுக்கும் பள்ளிகளுக்கும் ஏற்ற அருமையான திட்டம் இது. (**பள்ளிப் புத்தகங்களுக்கும் கைடுகளுக்கும் இத்திட்டம் பொருந்தாது**.)
- எங்களிடம் கிடைக்கும் ஆங்கிலப் புத்தகங்களுக்கும் இத்திட்டம் பொருந்தும் என்பது உங்களுக்குக் கூடுதல் சலுகை.
- எங்களிடம் கிடைக்கும் புத்தகங்களை எங்கள் வலைத்தளம் www.SwasamBookart.comல் பார்க்கலாம். இதில் பட்டியலிடப்பட்டிருக்கும் அனைத்துப் புத்தகங்களும் ஸ்டாக்கில் இருக்கும் என்று சொலல முடியாது. ஆனால் இப்புத்தகங்கள் பதிப்பாளரிடம் ஸ்டாக்கில் இருக்குமானால் நாங்கள் நிச்சயம் உங்களுக்கு வாங்கித் தருவோம்.